VITIMBI VYA
MAMA WA KAMBO
NA HADITHI NYINGINE

Ally Y. Mugenzi

MKUKI NA NYOTA
DAR — ES — SALAAM

Kimechapishwa na:

Mkuki na Nyota Publishers Ltd,
S.L.P. 4246, Dar es Salaam, Tanzania
www.mkukinanyota.com

© Ally Y. Mugenzi 2020

ISBN 978-9987-084-08-1

Mkuki na Nyota Publishers Ltd.
Tembelea tovuti yetu www.mkukinanyota.com kujua zaidi kuhusu vitabu vyetu na jinsi ya
kuvipata. Vilevile utaweza kusoma habari na mahojiano ya waandishi pamoja na taarifa za
matukio yote yanayohusu vitabu kwa ujumla. Unaweza pia kujiunga na jarida pepe letu ili
uwe wa kwanza kupata taarifa za matoleo mapya zitakazotumwa moja kwa moja kwenye
sanduku la barua pepe yako.
Vitabu vya Mkuki na Nyota vinasambazwa nje ya Afrikana African Books Collective.
www.africanbookscollective.com

Yaliyomo

Utangulizi

Msukumo wa kuandika kitabu hiki ulitokana na semina ya walimu wa Kiswahili iliyofanyika mjini Butare nchini Rwanda kuanzia terehe 20 hadi 23- Mei- 1985. Katika semina hiyo, iliyoendeshwa na wakuza mitaala ya Kiswahili wa Taasisi ya Elimu ya Sekondari nchini Rwanda, kulitolewa, "Rai ya kuwepo uhusiano kati ya taasisi hiyo na Radio Rwanda, Idhaa ya Kiswahili, ili kukuza Kiswahili."[1] Madhumuni ya uhusiano huo yalikuwa, "Kupunguza pengo la ukosefu wa vitabu vya ufundishaji wa fasihi andishi katika mwaka wa tano wa masomo, ambao ni mwaka wa nne wa Kiswahili.[2]

Baada ya semina hiyo, wakuza mitaala hao waliniomba niwape hadithi ambazo nilibuni na kuzitumia katika kipindi maarufu cha "Hadithi na Muziki" cha Redio Rwanda ambacho nilitayarisha na kutangaza kila siku ya Jumamosi kwa muda wa nusu saa kuanzia saa 10 mpaka 10.30 jioni. Walisifu hadithi hizo kuwa "Kazi ambayo imesukwa vizuri kisanaa, inatumia lugha fasaha, inasawiri jamii kwani ina maudhui yanayoendana na jamii iliyokusudiwa, pia inaburudisha kwa kuwa imetumia fani ya viwango vinavyotakiwa."

Wakuza mitaala hao: J. D. Mwasi, A. J. Kajigili na P. S. Kirumbi waliharirihadithi hizo na kuzitoa katika vitabu viwili.

Kitabu cha kwanza waliikita KITABU CHA KISWAHILI HADITHI 1, kilitolewa mwezi Desemba, 1986, cha pili kiliitwa

---

1   Direction des programmes de l'enseignment secondaire. December 1986)
2   Direction Direction des programmes de l'enseignment secondaire. December 1986)

"KITABU CHA KISWAHILI HADITHI FUPI 2," kilitolewa mwezi Septemba 1987. Hadithi hizo zilienda pamoja na vinasa sauti vilivyokuwa na hadithi ambazo nilitayarisha. Vitabu hivyo vilichapishwa na Taasisi hiyo na kutumiwa katika shule za sekondari za Rwanda kuanzia mwaka 1987.

Wakuza Mitaala hao kutoka Tanzania walikuwa nchini Rwanda kwa mtakaba baina ya serikali ya Rwanda na Tanzania. Kwa mujibu wa mkataba huo, Rwanda ilituma walimu wa Kifaransa nchini Tanzania na Tanzania ilituma walimu wa Kiswahili Rwanda.

Baada ya majadiliano ya muda mrefu, tarehe 6 Aprili, 2006, serikali ya Rwanda ilinilipa malipo ya kazi yangu. Katika makubaliano tuliosaini, tulikubaliana kuwa hati miliki ya vitabu hivyo itaendelea kuwa ya kwangu.

Nilipokea barua kutoka sehemu mbali mbali ambako Redio Rwanda ilisikika, swali kubwa nililoulizwa lilikuwa mahala wanapoweza kupata hadithi hizo katika maandishi. Ili kujibu swali hilo, nimeamua kutoa kitabu hiki.

Miongoni mwa barua hizo, ilikuwa barua ya mkazi mmoja wa Kigali ambaye aliniomba nimwambie "Kitabu au gazeti nilimosoma haditihi ya Vitimbi vya Mama wa Kambo." Pia, nilipokea barua ya mkazi mmoja wa mkoa wa Byumba, nchini Rwanda ikisema, "Lengo la barua hii ni kuuliza ikiwa ulisonga mbele kwa kukusanya hadithi unazotunga ili niweze kujinunulia hizo nakala." Barua ya Rajabu Mnubi wa Kaliua, Tanzania ambaye alisema kuwa ana watoto 17, ilisema: "Mimi, mke wangu na watoto wetu, tunakupongeza kwa hadithi nzuri, napenda kupata kitabu cha hadithi hizo." Naye, R.H Lambeni wa Urambo, Tanzania, aliniandikia barua, alisema: "Madhumuni ya barua hii, ni kuomba vitabu vya hadithi unazosimulia kwani ni nzuri sana na zina mafundisho makubwa." Pia, Davidson Benjamini wa Iboja-Ukune, Kahama, Tanzania, aliandika akisema, "Naomba mnitumie hadithi nilizotaja." Alitaja Vitimbi vya Mama wa Kambo, Adui Mama na Radhi za Wazazi. Aidha, Hakizimana Christophe wa Kigali, alisema, "Ninaomba kama unaweza, unitumie nakala za hadithi zote ulizotuhadithia." Vilevile, Peter Makajanga wa Loliondo, Arusha, Tanzania, alisema, "Sijapata kusikia hadithi safi, nzuri na tamu kama mnazosema siku hizi." Isitoshe, Jacob Rwechungura wa Mwadui, Shinyanga, Tanzania, alisema, "Hadithi unazotunga zinatufurahisha sana na zina mafundisho mazuri sana."

Hata baada ya kuacha kazi Redio Rwanda na kuhamia London ambako nilijiunga na Idhaa ya Kiswahili ya BBC, niliendelea kupokea barua kutoka kwa watu waliosikia hadithi zangu wakiuliza kama niliandika kitabu. Tarehe 22, Septemba, 1997, miaka mitatu baada ya kuhamia London, wanafunzi wa kidato cha sita wa shule ya Sekondari ya Nyagatovu, Rwanda, waliniandikia barua wakisema, "Wanafunzi wa kidato cha sita, mkondo wa lugha na mwalimu wetu wa Kiswahili tunakushukuru na tunakutakia heri na fanaka katika kazi yako na maishani." Barua hizo ziko katika kumbukumbu zangu nilizohifadhi.

Ujumbe ulio katika barua hizo, uliniguza moyo na kunihamasisha kutoa kitabu kwa wasomaji wa Kiswahili popote walipo.

Kutokana na mabadiliko mengi yaliyotokea tangu wakati huo, nimeamua kurejea katika vitabu hivyo kwa kuvipa muelekeo wa kusoma kuliko kusikiliza. Nilipoandika hadithi hizo, niliziandaa kwa kipindi cha redio; nilimlenga msikilizaji kuliko msomaji, kwa hiyo nimebadili mtindo wa uandishi nikimlenga msomaji zaidi kuliko msikilizaji. Pia nimebadili baadhi ya vichwa vya hadithi na mandhari ili kujumuisha Tanzania, Burundi, Rwanda na nchi nyingine kwa makusudi ya kuwafanya wasomaji wa nchi hizo wajione katika kitabu hiki; hata hivyo, sikubadili maudhui.

Pia, nimebadili baadhi ya majina ya wahusika kwa kutumia majina asili ya jamii ninazozungumzia kwa kujumuisha mandhari na wahusika wa Rwanda, Tanzania na Burundi. Nimezungumzia jamii ambazo niliishi katika utoto na ujana wangu.Vilevile, nimesawiri mandhari ambako nilifanya kazi, kama vile, nikiwa askari polisi Tanzania, nikiwa mwandishi wa habari wa Shirika la Habari Tanzania yaani SHIHATA, nikiwa mtangazaji wa Redio Rwanda, pia, mtangazaji wa Idhaa ya Kiswahili ya BBC London na mhariri wa Idhaa ya Maziwa Makuu ya BBC.

Zaidi ya hapo, nimeamua kujumuisha hadithi hizo katika kitabu kimoja ambacho nimekiita VITIMBI VYA MAMA WA KAMBO na Hadithi nyingine.

Matumaini yangu ni kuwa, kama hadithi hizi zilivyowavutia wakuza mitaala wa Kiswahili wa Rwanda miaka 1980, kitabu hiki, kitawavutia wakuza mitaala wa nchi nyingine za Afrika Mashariki wa kipindi hiki na kukipitisha kuwa katika vitabu vinavyotumiwa kujifunza fasihi andishi katika shule za Afrika Mashariki katika ngazi mbalimbali za elimu kuanzia sekondari hadi Vyuo Vikuu.

Shukurani

Wapo watu kadhaa walionisaidia katika kuandika kitabu hiki. Miongoni mwao ni walimu wa Kiswahili wa Rwanda ambao walitoa wazo la kupata hadithi zangu katika maandishi baada ya kusikia nikizisimulia katika kipindi cha Hadithi na Muziki cha Redio Rwanda. Pia, ninashukuru waliokuwa wakuza mitaala wa Kiswahili katika Taasisi ya Elimu ya Sekondari ya Rwanda; Ndugu J.D.Mwasi, Ndugu A.J. Kajigili na Ndugu P.S.Kirumbi; hawa, walinipa ushauri kuhusu namna ya kuandika kitabu hiki. Pia, walinihamasisha kubuni hadithi nyingine; Ndugu Mwasi kwa mfano, alijaribu hata kuniunganisha na kampuni moja ya uchapishaji ya Tanzania.

Mbali na hao, ninawashukuru wasikilizaji wa Idhaa ya Kiswahili ya Redio Rwanda walioniandikia barua wakisifu hadithi zangu au wakiomba kujulishwa mahali ambako wanaweza kusoma hadithi hizo. Mawazo yao yalinichochea kuandaa kitabu hiki.

Isitoshe, siwezi kumsahau ndugu yangu, Aladin Dossa Ramadhani ambaye tuliishi chumba kimoja mjini Kigali; alivumilia usumbufu wangu wa kuamka usiku wa manane nilipoijiwa na wazo. Kuna wakati alishtuka usingizini na kuniuliza kama nilikuwa na matatizo yaliyonikosesha usingizi.

Halikadhalika, watangazaji wenzangu, Salimu Kikeke, Zawadi Machibya , Zuhura Yunus, Mariam Omar, Aleix Mureithi na Peter Msembi wa Televisheni ya Kiswahili ya BBC, ambao tulifanya kazi pamoja mjini London, wana mchango mkubwa katika kufanikisha uandishi wa kitabu hiki. Hawa, walikuwa ni chachu katika kutimiza lengo langu kwani kila nilipopata tatizo la neno au msamiati sahihi wa Kiswahili wa kutumia, walikuwa tayari kunisaidia. Kwa mfano, Salim Kikeke yeye aliamua kuniazima kamusi yake ya Kiingereza-Kiswahili ili inisaidie katika kuandika kitabu hiki. Pia, Zawadi Machibya na Salim Kikeke walinisaidia kuweka baadhi ya sentensi katika sarufi sahihi ya lugha ya Kiswahili. Naye, Peter Msembi alinisaidia kwa kunitafutia vifungu vya maandishi katika Biblia Takatifu nilivyokuwa navihitaji ili kukamilisha hadithi ya "Radhi za Wazazi" iliyomo kwenye kitabu hiki.

Pia, shukurani zangu za dhati ziende kwa Ndugu Eric David Nampesya ambaye alinikutanisha na Ndugu Anna Mwangomba Mwakapila wa Dar es Salaam, Tanzania, ambaye alinakiri maandishi ya vitabu viwili vya awali kwenye USB; kazi yake iliniwezesha kuhariri hadithi hizo.

Mchango wa mkwe wangu, Dakta Amani Milanga, hauna kifani. Alinihimiza na kunipa mawazo ambayo yalizidi kunihimiza katika uandishi wa kitabu hiki.

Vilevile, natoa shukurani zangu za dhati kwa Dakta Rose J. Mbijima, mhadhiri wa Chuo Kikuu Kishiriki cha Elimu (DUCE) ambaye alifanya kazi ya kuhariri kitabu hiki.

Mwisho, sio kwa umuhimu, ninatoa shukurani za dhati kwa familia yangu, mke wangu na wanangu, kwa kuvumilia usumbufu wangu wa kuamka alfajiri na kuandika. Alfajiri, kabla ya kwenda kazini, ilikuwa ndio muda pekee niliokua nao wa kuandika.

Tabaruki

Kitabu natabaruki, kwa muhisani Nyerere
Elimu nilihakiki, hisani yake Nyerere
Sera yake maburuki, elimu kwa wote bure
Sera ya elimu bure, mavuno ya hohehahe

Nyenzo akanipatia, nikasoma bila dhiki
Msingi kanijengea, maisha kuwa kikiki
Hewani nikaelea, nikaishi bila dhiki
Sera ya elimu bure, mavuno ya hohehahe

Njia kanifungulia, na wengine mafukara
Shule tukaelekea, kusoma bila madhara
Nyerere nakuombea, tulia pema ahera
Sera ya elimu bure, mavuno ya hohehahe

Milo tulikula bure, sabuni ikawa bure
Tulisafiri kwa bure, malazi yakawa bure
Matibabu yote bure, huduma zote kwa bure
Sera ya elimu bure, mavuno ya hohehahe

Sura ya Kwanza
Vitimbi vya Mama wa Kambo

Nyirabagenzi alipoachika kwa Tabaro, aliacha Munezero, mtoto pekee aliozaa naye, akiwa darasa la pili katika Shule ya Msingi ya Nyakabanda. Kuachika kwa Nyirabagenzi kulimpunguzia Tabaro idadi ya wake aliokuwa nao; alibaki na wake wawili, Nyamwiza na Kabagire.

Tangu alipoanza shule ya chekechea, Munezero alishika nafasi ya kwanza katika mitihani yote; hata alipoingia darasa la kwanza, uzi ulikuwa ni uleule. "Siku njema huonekana asubuhi, " ndio ulikuwa usemi wa walimu wake walipokuwa wakiwahimiza wazazi wake wafanye juu chini ili mtoto huyo apate elimu.

Baada ya ndoa ya Nyirabagenzi na Tabaro kuvunjika, Munezero alipelekwa kuishi na Nyamwiza, mama yake wa kambo. Aliwakuta ndugu zake kwa baba; Kagabo, Kamanzi na Mugwiza, yaani wavulana wa Nyamwiza.

Huduma za Tabaro kwa familia yake zilikuwa hafifu; hakuwa na uwezo wa kutunza familia kubwa. Ilibidi wakeze wajishugulishe na biashara ndogo ndogo ili kukidhi mahitaji yao ya kila siku. Kwa hiyo, walijitegemea kwa mahitaji kama sabuni, sukari, mafuta ya taa, vipodozi vyao na kadhalika.

Nyamwiza alikuwa ana biashara ya kuuza vitafunwa katika migahawa ya jioni ya Nyamirambo, mojawapo ya sehemu za jiji la Kigali ambako aliishi; wenye migahawa walimtoza ushuru kidogo kwenye vitumbua, sambusa au mandazi walivyomuuzia. Kwa kuwa hakuwa na mtumishi, shughuli nyingi alifanya mwenyewe au alisaidiwa na wanaye.

Alikubali kumlea Munezero kwa shingo upande kwa kuwa aliona kuwa alikuwa ameongezewa mzigo wa malezi. Alimjulisha kuwa itabidi achangie katika malezi yake kwa kutumia nguvu zake kwa kuwa alikuwa hapati msaada kutoka kwa baba yake wala mama yake, "Mimi ninahangaikia wanangu, kwa hiyo na wewe ni lazima utoe mchango wa matunzo yako kwa kuwa baba yako na mama yako hawanipi msaada wowote."

Siku ambapo vitafunwa hivyo havikumalizika migahawani, ilibidi siku iliofuata Munezero asiende shule; alivitembeza mitaani akiwa amebeba sinia kichwani. Wateja wake wakubwa walikuwa mafundi ujenzi na vibarua kwenye majengo mbalimbali, wasafiri kwenye kituo cha mabasi na wanafunzi wakati wa mapumziko. Munezero alijitahidi vitafunwa hivyo vimazilike siku hiyo ili siku inayofuata aende shule.

Pia Nyamwiza alimpa kazi za nyumbani; kila asubuhi alipaswa kutua debe la maji kabla hajaenda shule; vivyo hivyo jioni alipotoka shule. Alimwambia, "Ni lazima uchote maji ya kutumia nyumbani kwani baba yako hakuniwekea mtumishi." Munezero alizingatia kuwa kuchota madebe mawili ya maji kila siku, ilikuwa wajibu kama zilivyo sala tano kwa Muislamu.

Wakati Nyamwiza alihimiza Kagabo, Kamanzi na Mugwiza waende shule na kuwawekea mwalimu wa kuwasaidia masomo yao wakiwa nyumbani, Munezero alitayarishiwa kazi kama vile kuchanja kuni, kutwanga, kufagia, na kutumwa huku na kule.

Kazi ambayo ilimkera sana ilikuwa kutwanga chenga za mchele kwa ajili ya vitumbua. Viganja vyake viliota sugu kwa ajili ya msuguano na mchi. Wakati ndugu zake walirejea nyumbani jioni wakinuka jasho lilowatoka wakicheza mpira mtaani, wakahimizwa waoge kabla ya kulala, Munezero alinuka jasho lilimtoka akitwanga; kuoga ilikuwa anasa.

Tabaro ambaye alikuwa mfanyabiashara katika soko kuu la Kigali, hakuwa na muda wa kufuatilia masuala ya nyumbani kama baba mwenye nyumba; alifanya kazi hiyo kila siku, kuanzia asubuhi mpaka jioni; ilikuwa nadra kupatikana nyumbani kwake. Baadhi ya matatizo na masuala ya nyumbani aliyamalizia pale sokoni. Alipotoka sokoni, alikuwa akienda kwenye vikundi vya wazee wenziye kucheza bao na karata.

Kutokana na kuwa alikuwa na wake wawili, Tabaro alikuwa akifanya zamu za kulala siku tatu kwa Nyamwiza na siku tatu kwa Kabagire.

Siku moja Munezero alifukuzwa shule kwa kutolipa karo; baada ya siku mbili, Nyirabagenzi alikumbana naye mtaani anatembeza vitumbua. Alipomjulisha kuwa amefukuzwa shule kwa sababu ya kutolipa karo, Nyirabagenzi alikwenda shule, akamuomba mwalimu mkuu amruhusu arudi wakati akishughulikia suala hilo.

Alikwenda sokoni kumjulisha mzazi mwenziye; Tabaro alimwambia kuwa alisahau kuwa wakati wa kulipa karo ulikuwa umepita; alimpa Nyirabagenzi pesa za karo, akaenda kulipa.

Baada ya kupokea karo, mwalimu mkuu alimuarifu pia kuwa Munezero alikuwa na tatizo la utoro, "Inasikitisha kuona kuwa mmebahatika kupata mtoto hodari kama huyu, lakini mnashindwa kumsaidia apate elimu. Sisi hapa shuleni tunamuona Munezero wa baadaye, akiwa daktari au mhandisi au rubani au mwalimu kama mimi au fani yeyote ile ya elimu ya juu; lakini tunahofia kuwa anaweza kukwamishwa na nyinyi wazazi wake. Kwa taarifa yako, Munezero ni mmoja kati ya watoto wachache wenye akili nyingi ambao wamewahi kusoma katika shule hii na wote walifanikiwa kupata elimu ya juu. Tunaona kuwa inawezekana kabisa Munezero akafuata nyayo zao hata akawazidi, lakini anahitaji msaada wa wazazi ambao kwa sasa sichelei kusema kuwa hana." Mwalimu mkuu alikwenda kwa mwalimu wa darasa, akaleta daftari la mahudhurio.

Alimuonesha daftari la mahudhuria, "Angalia mwenyewe mahudhurio ya mwanao; yanasikitisha. Anahudhuria shule siku mbili au tatu kwa juma; siku zilizosalia sijui huwa anafanya nini. Tumekuwa tukiwaita wazazi wake tuzungumzie suala hilo, lakini hakuna aliyewahi kujitokeza. Bahati nzuri, leo umefika hapa, ingawa ni kwa suala tofuati. Linalotushagaza ni kuwa watoto wengine wa Tabaro, hawana matatizo hayo. "

Munezero aliitwa ofisini kwa mwalimu mkuu, akaeleza sababu zilizomfanya awe mtoro shuleni. Aliwaeleza akilia vitimbi alivyokuwa anafanyiwa na mama yake wa kambo, Nyirabagenzi akajiunga naye katika kilio; mwalimu mkuu alishindwa kujizuia, akajiunga nao katika kilio. Mwalimu mkuu alisema kwa huruma, "Mimi niko tayari kumchukua

Munezero, nimlee. Kama mtakubaliana katika familia, mimi niko tayari kuchukua jukumu hilo. "

Nyirabagenzi alimuendea tena Tabaro sokoni akiwa na uchungu na hasira. Alimfahamisha kuhusu utoro wa mwanaye, akasema, "Walimu wa Munezero wanasikitika kwa kuwa anakuwa mtoro mara kwa mara. Munezero ameeleza kuwa ni kutokana na kazi anazopewa na mkeo. Tafadhali chukua uamuzi ili mwanetu apate ufunguo wa maisha yake ya baadaye. Mwalimu mkuu amejitolea kumlea na hata mimi pia nitajifunga kibwebwe nimlee. Nakuomba kwa hisani yako, ninakupigia magoti, tafadhali niruhusu nimchukue Munezero nikamlee au mruhusu mwalimu mkuu amlee kwa kuwa wewe umeshindwa. Tafadhali..."

Tabaro hakutaka kuendelea kumsikiliza Nyirabagenzi, alimfokea, "Funga mdomo, mwanamke asiye na adabu. Unathubutu kuniambia kuwa mimi nimeshindwa kumlea mwanangu? Mpayukaji mkubwa; unaniambia eti nikupe mtoto? Umesahau kuwa tulikwisha achana? Umesahau kuwa nilitoa mahari kwenu?" alisema kwa mayowe huku akimsonta kidole cha shahada.

"Eti mahari? Usichanganye mahari na bei. Nani alikwambia kuwa ulininunua"? Nyirabagenzi alijibu kwa hamaki.

Tabaro hakujibu swali hilo, bali aliendelea kufoka, "Eti mwalimu mkuu amlee? Nani alikwambia kuwa mimi ni fukara? Eti mke wangu ndiye anasababisha utoro? Mhuni; mkome Nyamwiza kama ulivyokoma ziwa la mama yako. Ondoka mbele yangu, usithubutu tena......" Nyirabagenzi aliondoka hapo ametaharakika.

Alirudi shuleni kuonana na mwalimu mkuu, pia aliomba ruhusa ya kuzungumza na Munezero. Alimweleza yaliyotokea pale sokoni, akamwambia, "Munezero mwanangu, ninasikitishwa na maisha ulionayo, lakini sina namna ya kufanya. Hivi punde nilikuwa na baba yako, nimemueleza matatizo unayopata; badala ya kunisikiliza, amenitukana. Mwanangu ninakuusia, jifunge kibwebwe. " Munezero alimsikiliza akiwa ameinamisha kichwa.

Nyirabagenzi alimwekea mkono kichwani kwa shufaka, akamwambia, "Kabiliana na maisha kiume; ungekuwa msichana, ningekuwa na wasiwasi kwa kuwa ni rahisi kurubuniwa kama nilivyorubuniwa nikaacha shule, nikaolewa kwa kuwa wazazi wangu walikuwa mafukara; waliamini kuwa mume wangu angebadili maisha yao. Hata mimi nilihadaika kwani nilidhani kuwa nikiolewa na mume kama baba yako, aliyekuwa na majumba zaidi ya mawili, maisha yangu yangebadilika. "

Alimalizia kwa kumpa matumaini, "Nina imani kuwa ukisimama kidete, utashinda matatizo yanayokukabili; vumilia kwani mvumilivu hula mbivu. Sina cha kukupa zaidi ya nasaha hizo; ziwe hirizi yako na Mungu atakusaidia. " Wote walikuwa wanalia.

Alimwambia mwanaye, "Inua mikono tumuombe Mola wetu. "

Nyirabagenzi akaomba, "Mwenyezi Mungu, wewe ndio tegemeo letu kubwa; zito kwako huwa jepesi; tupe faraja, tupe mwangaza. Ninakuomba Mola, umnusuru mwanangu na mateso anayofanyiwa. Ninakuomba Mola, umfungue macho Tabaro, aone dhuluma anayomfanyia mwanaye. Ninakuomba Mola, umzindue Nyamwiza; atambue na kuacha uovu anaomfanyia mwanangu. Ninakuomba Mola, umlinde Munezero na mabalaa yote. "

"Amen." Munezero aliitikia.

Kama alivyosema mwalimu mkuu, Munezero alifeli mtihani wa taifa wa kuingia sekondari. Mwalimu mkuu alitaka kumpa fursa nyingine ya kurudia mwaka, lakini alishindwa kwa kuwa Tabaro hakuitikia wito wake wa kwenda kuonana naye wala hakujibu barua alizomuandikia.

Munezero hakuwa tena na kisingizio cha kutofanya kazi nyumbani. Alifanya kazi tangu asubuhi mpaka usiku; alipumzika alipokwenda kulala. Kutokana na kazi ngumu, misuli yake ilikakamaa kama ya bondia.

Siku moja Munezero aliamka anajisikia mnyonge; alikuwa na kichefuchefu na magoti yalikuwa dhaifu. Alitamani apumzike kitandani lakini akachelea kero la Nyamwiza; alijisimikiza akafanya shughuli zake za kawaida. Hali ilizidi kuwa mbaya alipoanza kutwanga chenga za mchele; wakati alipokuwa anachekecha, alitapika kwenye sinia la unga ambao tayari alikuwa amekwisha chekecha. Nyamwiza alipoona ametapika katika ule unga, alimfokea kwa hasira, "Unaona matokeo ya kula mpaka ukavimbiwa? Umetapika katika unga ambao unatuletea riziki? Leo utapata cha mtema kuni. " Alitoka nje kutafuta mjeledi.

Alirudi na mjeledi akakuta Munezero ametapika hata katika kinu; alianza kumtandika huku akimwambia, "Hasara uliosababisha itakutokea puani. "

Munezera alijitetea, "Sikufanya makusidi mama, wala sijavimbiwa, bali ninaumwa mama, nihurumie, ninaumwa..." Alitapika tena; matapishi yakamurukia Nyamwiza usoni; hasira zilizidi kupanda, akafoka, "Sasa umenitapikia hata mimi, nipanguse haraka kabla sijakuonyesha kilichomzuia kanga kuota manyoya shingoni. Pangusa…" Uso wa Munezero ulikuwa umechafuka kwa matapishi, machozi na kamasi.

Aliendelea kumchapa mpaka kelele zikamtoa Gashumba, mpangaji wake, chumbani mwake, akaingilia kati; alishika mkono wenye fimbo akamwambia, "Nakuomba uwe na hisani, huoni kama mtoto huyu anaumwa? Unampiga badala ya kumtafutia dawa…."

Wakati akisema maneno hayo, Munezero alimwaga matapishi mengine kwenye sinia la unga; Gashumba akasema, "Hivi unaona Munezero anatapika makusudi? Huoni kama ana tatizo? Tafadhili niruhusu nimpeleke hospitali."

Nyamwiza ambaye alikuwa anapumua kama mgonjwa wa pumu, alimjibu, "Sina muda wa kupoteza; kama kuna dawa ya shibe, basi mpeleke akatibiwe."

Munezero alikuwa anatetemeka kwa baridi ingawa ilikuwa ni hali ya joto. Gashumba alimwita mkewe, akamwambia amsafishe. Baada ya kumsafisha, alimvisha koti la mumewe, kisha akamfunika kanga zake mbili. Gashumba alimbeba kwenye baiskeli yake, akampeleka hospitali.

Vipimo vya damu vilionesha kuwa alikuwa na malaria kali; alipewa kitanda katika hospitali kuu ya Kigali. Hata alipokuwa wodini, aliendelea kuwa na kichefuchefu na kutapika kama mwanamke mwenye mimba changa. Alipoona anashindwa kula, mke wa Gashumba alimtayarishia uji au supu yenye ukwaju au malimau au ndimu; aliendelea kufanya hivyo mpaka alipopata ahueni.

Alipotoka hospitali, Munezero aligoma kufanya kazi alizopangiwa na Nyamwiza; alimwambia kuwa anahitaji kupumzika. Alisema, "Ninaomba ufahamu kuwa mimi ninaishi katika nyumba hii kama mtoto, si boi. Hapa ni kwetu; mimi pia ni mtoto wa Tabaro tena katika watoto wake wote, mimi nimelandana naye kuliko wengine; ninaomba nipewe huduma kama watoto wengine. Hapa ni kwetu, sifanyi kazi zako na siondoki hapa." Alitulia kidogo akimeza mate.

Akaendelea kusema, "Nimekuwa nikikustahi kama mama mzazi; lakini hujatambua staha hiyo. Ninajitahidi kuishi na ndugu zangu kama ndugu wa damu moja; lakini unanivunja moyo kwa kunitenga nao; nakuomba ubadilike uwe mzazi. Kama unataka niendelee kukutumikia, basi nipangie mshahara kwani naona kuwa uhusiano wetu ni kama wa mwajiri na mwajiriwa; siyo mzazi na mtoto." Nyamwiza alikuwa amemtumbulia macho kama swila ambaye alikuwa anajitayarisha kumrushia usoni mate yake ya sumu.

Munezero aliendelea kusema huku analia, "Kwa.. kwa …nini unanibagua? Umenitenga na ndugu zangu; nimekuwa kama mgonjwa wa ukoma. Ndugu zangu wananunuliwa nguo mpya, mimi nanunuliwa kafa Ulaya tena ni kauka nikuvae. Ninaugua, siuguzwi; nimenyimwa elimu na sionewi huruma, ninafanya kazi kama punda…" Alipangusa machozi.

Akaendelea kusema, "Unadhani mimi sipendi kucheza mpira au gorori au kurusha tiyara kama watoto wa rika langu? Naomba uhuru wa kuishi kama watoto wengine; kuishi kama ndugu zangu wanavyoishi kwani nami naitwa Munezero bin Tabaro. "

Nyamwiza alimjibu kwa hasira, "Fadhila ya punda ni mateke; haya yote niliyataka mwenyewe. Ndio faida ya kulea mtoto wa mke mwenza. Nimekulea, sasa umenishupalia; unajifanya mbabe; fahamu kuwa utatokomea kama alivyotokomea mama yako. "

"Tafadhali usimtusi mama yangu, unazungumza na mimi siyo mama yangu. " Alisema Munezero kwa hamaki.

"Nyoo, utanifanya nini kinda wewe? Mbona hata maziwa ulionyonya bado hayajakauka kinywani mwako? Unajihadaa kwa hiyo minyama iliyokuvimbiana, hujui kuwa ni nguvu zangu zilizokulea? Sasa umejanjaruka. Ama kweli, fadhila ya punda ni mateke. Subiri sasa, utapata cha mtema kuni. Utajuta. Nakwambia kuwa utajuta, utatamani ardhi ipasuke, ikumeze; nimekuvalia njuga." Alifoka Nyamwiza.

Siku hiyo jioni, Tabaro alikuwa anaanza zamu ya kulala kwa Nyamwiza. Kama kawaida yake, alifika hapo jioni baada ya shughuli zake za sokoni. Nyamwiza alimpokea kwa bashasha na mashamsham; alimtayarishia maji ya kuoga; akabadili nguo, kisha akaenda kwa wazee wenziye kubarizi na kucheza bao.

Aliporejea nyumbani, alikuta vyakula alivyoleta viko pale alipoviacha. Samaki walikuwa wameanza kuchina; mchele, nyanya na viungo, vilikuwa mezani. Nyumba ilikuwa kimya na giza; Nyamwiza alikuwa kitandani.

Alipoita, Nyamwiza aliitikia kwa unyonge; alipoingia chumbani, alimkuta amejifunika gubigubi, analia, "Unaumwa nini mbona uko kitandani saa hizi? Imekuwa vipi mpaka umeshindwa hata kuwasha taa? Kwanini umeshindwa hata kupika chakula? Aliuliza mfululizo. Badala ya kujibu, Nyamwiza aliangua kilio.

Tabaro akaendelea kumuuliza, "Imekuwaje? Je, kuna kilio kimetokea?"

Nyamwiza alijibu, "Mume wangu mpenzi, ninaogopa kusema kwani ni fedheha tupu. Ninaogopa hata kupiga kelele ili watu wasijue yaliyotokea. Nilikuwa ninasubiri ufike tu, nami niondoke, niende kwetu. Siwezi kuvumilia. "

"Ni fedheha gani tena mke wangu? Mbona sijagombana na wewe, wala sijaambiwa kuwa kuna tatizo lolote; kwa nini umefikia uamuzi wa kutaka kwenda kwenu? Kitu gani kimekufanya ubadilike ghafla?""

"Mume wangu ninataka kusalimisha maisha yangu…. "

"Maisha yako hatarini?"

"Ndiyo"

"Kwa vipi?"

"Ni kwamba, mwanao Munezero amenifanyia kitendo ambacho hakivumiliki na ninashindwa kueleza. "

"Amekutukana au amekupiga?"

"Mume wangu mpenzi, tangu Munezero amalize shule, amekuwa akifanya vitendo vya stihizai hapa nyumbani lakini mimi nimekuwa kimya ili nisionekane kuwa ninachonganisha mtoto na baba yake; lakini sasa siwezi kuendelea kuvumilia. "

"Kwa vipi?"

"Ninakujulisha kuwa Munezero anatembea na mke wa Gashumba, huyu mpangaji wetu. Huwa ninamezea ninapoona wanayofanya wakati Gashumba akiwa kazini kwa kuwa sitaki kufarakanisha mke na mume…. "

Tabaro alimkatikiza, "Hilo ndio linakuliza?"

"Siyo hilo linaloniliza mume wangu mpenzi, bali ninalizwa na vitendo vya fedheha ambavyo Munezero amekuwa akinifanyia. Nilichelea kukwambia kuwa amekuwa akinitongoza; ananiambia eti nina miguu mizuri, eti nina ngozi nyororo kama sufu, eti nina kiuno kizuri, eti macho yangu yanamvutia, eti anashangazwa na kuwa nimeolewa na mzee kama wewe…. "

"Eeeh, kwanini ulinificha ufedhuli huo?"

"Kuna siku mke wa Gashumba alimuona ananichungulia nikiwa bafuni; nilipotoka alinifuata chumbani akaniambia kuwa anaomba anipake mafuta, nikamfukuza. Kuna wakati anataka kulala kwenye hiki kitanda chako, eti mimi si mama yake mzazi; eti si ajabu kula chungu kimoja na baba yake. Leo amenifanyia babu kubwa....."

"Amekufanya nini, ameku......"

"Amenipapasa kiunoni, akajaribu kunivua nguo, eti anata..."

"Umesema kuwa amekuvua nguo? Anakutaka? Amekupapasa? Munezero anakuvua nguo? Munezero huyu? Yuko wapi huyo zumbukuku? Ninauliza yuko wapi?" Aliuliza kwa kelele na hasira.

"Sijui alikotokomelea, kazi yake imekuwa ni hiyo ya kuzurura. Amekuwa bwana mkubwa hapa nyumbani, utadhani yeye ndiye Tabaro. Akirudi jioni, anataka akute ametengewa chakula, ametengewa maji bafuni, ametayarishiwa kila kitu; mimi siwezi kustahamili tabia hizo."

"Hakuna mwanamke anaweza kustahamili tabia hizo."

"Nimeolewa na wewe, sikuolewa na mwanao. Amejifanya fahali katika nyumba hii, na hali mimi ninajua kuwa fahali ni wewe muhibu; kama hauwezi kumkanya mwanao au kumchukulia hatua, nitalazimika kwenda kwetu." Alisema Nyamwiza akiendelea kulia.

"Nyamaza mke wangu; tulia tuli kama maji mutungini. Mimi siwezi kukupoteza kwa sababu ya huyo baradhuli mwenye akili kama mama yake; nitachukua hatua na utaridhika; nitamkomesha. Atakukoma kama alivyokoma ziwa la mama yake." Alisema Tabaro huku amekunja ndita na ngumi.

Munezero alifuatilia sakata hilo akiwa amejibanza kwenye dari la chumba cha Gashumba.

Tabaro alikuwa kama mtu aliyerukwa na akili; alitoka nje na panga lake akimtafuta Munezero, aliwaambia majirani, "Ninamtaka Munezero, potelea mbali nitakwenda jela lakini siwezi kuvumilia huyo baradhuli, anataka kulala na mke wangu!"

Majirani walikuwa wanafahamu vitimbi vya Nyamwiza lakini hakuna aliyethubutu kumwambia; yamkini hata kama wangemwambia, asingaliamini.

Siku alipomaliza zamu ya kulala kwa Nyamwiza, Tabaro aliwaita majirani na balozi wa nyumba kumi, akawaambia, "Nimewaiteni hapa kuwaeleza kuwa nina matatizo na mwanangu Munezero ambaye amejifanya fahali nyumbani kwangu. Nikilala nyumba ya pili, anataka alale na Nyamwiza; amethubutu hata kumvua nguo na kumchungulia bafuni akioga. Nimewaiteni kuwajulisha kuwa Munezero amepigwa marufuku hapa. " Watu wote walikuwa kimya.

Akaendelea kusema, "Ninawaarifu kuwa tangu leo, Munezero si mwanangu; asinijue kwa taabu na raha; asinijue duniani na ahera. Nikifa asishuhudie maiti yangu wala asihudhurie mazishi yangu. Sina maneno zaidi na wala sitaki ushauri, ni hayo tu nilitaka kuwajulisha. "

Tabaro aliajiri walinzi wawili; kabla ya kuondoka aliwaambia, "Nimewaajiri kwa ajili ya usalama wa nyumbani kwangu na mke wangu; jukumu lenu ni kumzuia Munezero kukanyaga hapa. Sitaki hata pua yake inuse hapa. Akifika hapa, weka mbaroni, peleka kituo cha polisi au niiteni. Nimesema kuwa simtaki kwangu. "

Kwa kuwa majirani walikuwa wanafahamu vitimbi vya Nyamwiza, waliamua kumsaidia Munezero. Sembabazi, ambaye alikuwa mpambe wa Tabaro wakati wa harusi yake na Nyirabagenzi, alimpa chumba na akaahidi kumtafutia kazi. Alimwambia, "Umekuwa yatima ingawa una wazazi, lakini usiogope radhi alizokutolea baba yako na laana anazokuombea hazitakupata, ni kama dua ya kuku ambayo haimpati mwewe. Sote tunafahamu vitimbi vya mama yako wa kambo, lakini kumbuka kuwa sio yeye aliyekuumba. Mwenyezi Mungu aliyekupa uhai, atakulinda; fimbo ya mnyonge hulipwa na Mungu. "

Sembabazi alimtafutia kazi kwa Gafaranga, rafiki yake tangu utotoni, ambaye alikuwa na mahoteli kadhaa mjini Kigali. Kutokana na ujuzi aliopata akimsaidia Nyamwiza kupika vitafunwa, Gafaranga alimwajiri Munezero kama mpishi katika hoteli yake ya Tarinyota.

Hoteli hiyo ilikuwa maarufu kwa vitafunwa; watu waliokuwa na sherehe mbalimbali walipeleka oda zao kwenye hoteli hiyo. Biashara ilivuma wakati wa sikukuu za Krisimasi, Pasaka, Idd el Fitri na Idd -Al Haji. Jinsi alivyodumu kazini, ndivyo alivyoongeza ujuzi mpaka Gafaranga akampandisha cheo, akawa mpishi mkuu na akampa chumba katika jengo la hoteli hiyo.

Baada ya miaka miwili kazini, jengo la hoteli hiyo liliteketezwa na moto ambao ulikuwa mkubwa kiasi kwamba iliwachukua wazima moto zaidi ya saa nne kuuzima. Kila kitu kilichokuwa katika hoteli hiyo kiliteketea; kulikuwa na hofu kuwa hata Munezero alikuwa amekufa.

Wazima moto walipofika chumbani kwa Munezero, walimkuta ameungua vibaya sana; alikuwa amezimia. Alipelekwa hospitali kuu ya Kigali, akalazwa katika wodi ya wagonjwa mahututi. Habari zilienea Nyamirambo kuwa Munezero atakata kamba wakati wowote.

Fununu zilizoenea kwenye mtandao wa jamii zilisema kuwa hoteli hiyo ilikuwa imehujumiwa na Karake ambaye alikuwa mpishi mkuu lakini akafukuzwa kazi na nafasi yake akapewa Munezero. Hata Gafaranga alikisia hivyo. Polisi walimweka ndani mtuhumiwa wakati wakiendelea kufanya upelelezi.

Sembabazi alimpa chumba Nyirabagenzi ili awe karibu na mwanaye. Kila alipoona mwanaye anagaagaa kitandani kwa maumivu, mama huyo alikuwa akilia na kuwaambia wenziye, "Nimeamini kuwa ng'ombe wa masikini hazai; Munezero alikuwa msaidizi wangu, ndiye alikuwa macho yangu, mikono yangu, miguu yangu; sasa angalia yaliyompata."

Alipotoka hospitali, alirudi kuishi kwa Sembabazi; kwa kuwa alikuwa bado anahitaji usaidizi, Sembabazi alimruhusu Nyirabagenzi aendelee kuishi kwake.

Munezero alikuwa amepata ulemavu wa kudumu; ngozi yake ilikuwa nyekundu na laini kama kitoto cha panya; alijulishwa kuwa atapata nafuu taratibu lakini kamwe ngozi haitarejea katika hali yake ya asili na hataota tena nywele. Waganga walimjulisha kuwa walimfanyia matibabu ya msingi ili aweze kuishi; kama angalikuwa na uwezo, angefanyiwa upasuaji zaidi wa kurekebisha pua, midomo na masikio.

Alianza maisha mapya ya kuishi na ulemavu; ilibidi avae kofia ya kuhifadhi kichwa na uso wake; alivaa miwani ya jua kwa kuwa macho yake yalikuwa hayawezi kustahamili mwanga. Alishauriwa kutumia mafuta na sabuni maalumu.

Ingawa Sembabazi aliwaruhusu waishi kwake bila kulipa kodi ya nyumba, hakuwa na uwezo wa kukidhi mahitaji yao ya kila siku. Munezero alilazimika kuwa ombaomba ili aweze kuishi; siku za Ijumaa alikwenda msikitini kuomba msaada kwa Waislamu na siku za Jumapili alikuwa nje ya kanisa kuwaomba Wakiristo msaada. Jambo hilo liliwasikitisha watu ambao walifahamu ushupavu wake tangu utotoni.

Walisikitishwa na kuwa alipata dhiki akiwa mtoto na alipofikia ubarubaru, maisha yake yakaenda kombo. Hata yeye mwenyewe alikuwa akimlilia Mungu kwa kusema, "Ewe Mungu wangu nilikukosea nini mpaka ninapata dhiki kiasi hiki?"

Siku moja Munezero alimwambia Sembabazi, "Mzee wangu, ninashukuru kwa hisani yako na msaada ulionipa tangu nilipofukuzwa kwetu; asiyeshukuru ni kafiri. Lakini naona ninazidi kuwa mzigo kwako, ninajiuliza nitaendelea kuishi kwako na mama yangu mpaka lini? Sipati jibu. Nitaendelea kuwa ombaomba mpaka lini? Sipati jibu. Ukweli ni kwamba ninapoomba, ninasononeka; ninahisi ninapoteza utu wangu. Ninataka nitafute namna ya kufanya kazi nyepesi ili niachane na kuomba."

Sembabazi akamuuliza, "Je unaweza kufanya kazi gani ukiwa katika hali hii?"

Munezero alijibu, "Nina imani kuwa ninaweza kufanya kazi ya kusafisha na kung'arisha viatu; ni kazi ambayo haihitaji ujuzi. Nimechunguza nikaona kuwa ukinikubalia, ninaweza kufanya kazi hiyo nikiwa chini ya mti ulio mbele ya nyumba yako. Ni mahali muafaka na matatizo ya ngozi yangu kwa kuwa pana kivuli. Kazi ya kusafisha viatu ni kama kazi ya kuuza chakula, huwezi kukosa wateja. Wavaa viatu wanahitaji visafishwe na wengi wao hawana muda au watumishi wa kufanya kazi hiyo; mimi nitakuwa mtumishi wao. Tafadhali nitafutie mtaji; hata kama ni mkopo, nitalipa taratibu. Pia naomba uniruhusu nifanyie kazi hiyo chini ya huo mti."

Sembabazi aliunga mkono wazo hilo, akasema, "Lakini sina uwezo wa kukupa mtaji."

Sembabazi alisikitishwa na kuwa alikosa mtaji wa kumpa; jambo hilo lilimkereketa mpaka akamtajia imamu wa msikiti wao. Imamu alipotaja wazo hilo msikitini, alishangazwa na jinsi watu walivyo hamasika kumsaidia Munezero. Mbali ya fedha, watu waliahidi kutoa vifaa, ikiwa ni pamoja na meza, vitambaa na madawa ya viatu; alipata fedha nyingi na vifaa vingi kuliko alivyohitaji. Kaburame ambaye alikuwa amebobea katika usafishaji wa viatu, alijitolea kumzoeza mpaka atakaporidhika kuwa amekuwa msafisha viatu stadi.

Miezi minne akiwa katika kazi hiyo; siku moja aliijiwa na polisi akiwa amefuatana na balozi wa nyumba kumi. Munezero aliwakaribisha kama wateja; alianza kufungua nyuzi za viatu vya polisi huyo lakini balozi wa nyumba kumi akamwambia, "Afande hakuja kusafishiwa viatu, bali anakutaka wewe."

Munezero alishtuka, akauliza, "Nimefanya kosa gani tena jamani?"

Polisi akamjibu, "Usiwe na wasiwasi, sikuja hapa kukukamata."

Alimpa fomu ambazo alikuwa ameleta; akamwambia, "Unatakiwa ujaze fomu hizo kikamilifu na uzifikishe kwenye kituo cha polisi cha Nyamirambo katika muda usiozidi siku saba."

Katika fomu hizo, Munezero alitakiwa kueleza umri wake, mahala alipozaliwa, majina ya wazazi wake wawili, mrithi wake na alivyojisikia tangu apate ajali; alitakiwa pia awekewe sahihi na daktari.

Baada ya kukamilisha fomu hizo, alizipeleka kituo cha polisi kama alivyoelekezwa; polisi aliyekuwa mapokezi, alimuelekeza kwa mkuu wa kituo. Mkuu wa kituo alipitia fomu hizo kisha akamwambia, "Tumekuwa tukifanya upelelezi kuhusu ajali iliyotokea kwenye hoteli ya Tarinyota, tutakuita tukikuhitaji."

Mwezi mmoja baadaye, Munezero alishtukia gari la polisi limekuja kwenye kituo chake cha kazi. Katika gari hilo, alikuwemo Gafaranga, balozi wa nyumba kumi na mkuu wa kituo cha polisi cha Nyamirambo. Balozi wa nyumba kumi alimwambia, "Itabidi usimamishe shughuli zako kwa muda kwa kuwa tunakuhitaji."

Aliingia katika gari hilo ambalo liliwapeleka mpaka kwenye jengo la gorofa tano lililokuwa katikati ya jiji la Kigali. Walipanda ngazi mpaka kwenye ofisi ya bima ambayo ilikuwa gorofa ya tatu; afisa mapokezi aliamkiana nao kama watu waliofahamiana isipokuwa Munezero; aliwaambia kuwa watasubiri kidogo kwa kuwa meneja alikuwa na mteja.

Baada ya dakika chache, katibu muhtasi wa meneja aliwakaribisha wakaonane na meneja wake. Meneja huyo alisalimiana na Gafaranga na afisa wa polisi, kisha akajitambulisha kwa Munezero kama meneja wa malipo ya fidia. Alisema, "Nimewaiteni hapa ili kumaliza madai ya Gafaranga ya malipo ya bima ya hoteli yake ilioteketezwa na moto. Tumeshirikiana na polisi kufanya upelelezi na tumeridhika kuwa ajali hiyo ilitokana na hitilafu ya umeme, kwa hiyo kampuni yetu itamlipa Gafaranga fidia nono. " Alimkabidhi hundi Gafaranga.

"Pia kufuatana na sheria za bima, wewe Munezero ambaye ni manusura wa ajali hiyo, unastahili fidia ingawa hukuleta madai yako kwetu. Ndio sababu nimekuita hapa ili nikukabidhi rasmi hundi ya faranga milioni ishirini kama fidia kutokana na ulemavu wa kudumu uliopata. Nimeomba ufike hapa ukiwa umefuatana na balozi wa nyumba kumi, tajiri yako na polisi ili wawe mashahidi wakati nikikukabidhi hundi yako. "

Meneja huyo alifungua mtoto wa meza yake, akatoa hundi akamkabidhi Munezero. Badala ya kupokea, alianza kulia, akasema, "Bwana meneja umenishtukiza, ningejua kuwa tunakuja ofisini kwako kwa ajili ya tukio hili muhimu, nami ningemleta mtu muhimu katika maisha yangu ili ashuhudie. Samahani siwezi kupokea hundi hiyo mpaka Sembabazi afike hapa. "

Gafaranga alitoa simu yake ya mkononi akampigia Sembabazi; baada ya kumuelekeza mahala waliko, meneja wa bima alimtuma dereva wake akamlete haraka.

Sembabazi alipoingia pale ofisini, hali ya Munezero ilibadilika ghafla; jasho lilimtoka kwa wingi kama mtu aliyekumbwa na homa kali. Alianza kulia, "Jamani jasho… jasho…. jasho…, tafadhali nipeni maji baridi … baridi…ninakufa…. "

Katibu muhtasi alimletea maji ya baridi, akanywa taratibu; lile joto likapungua. Ghafla alianza kusema, "Jamani baridi…. baridi….baridi…. nifunikeni….ninakufa kwa baridi." Sembabazi na Gafaranga walivua makoti yao wakamfunika; meneja aliagiza atayarishiwe chai haraka.

Katibu muhtasi alimletea chai ya moto; alipokunywa, alitokwa jasho, akaanza kusema, "Jamani joto… joto… joto…joto linaniua..." alizimia. Hali hiyo iliwakangaya, wakaamua kumpeleka hospitali.

Munezero alijitambua amelazwa kwenye kitanda alicholazwa akitibiwa majeraha ya moto; daktari aliyemtibu majeraha ya moto, ndiye alikuwa anamtibu sasa. Daktari huyo alisema kuwa alikuwa na mshtuko wa akili; alimuandikia madawa, akaagiza alazwe katika wodi ya wagonjwa wa kawaida. Aliruhusiwa kutoka hospitali baada ya waganga kuridhika kuwa alikuwa amepumzika kiasi cha kutosha.

Alipokabidhiwa hundi yake, Munezero alienda benki akafungua akaunti ya akiba; alikubaliana na benki hiyo kuwa hatagusa fedha hizo kwa kipindi cha miaka miwili.

Watu walimshangaa walipoona anaendelea kusota na hali amelimbikiza pesa benki. Kama wasemavyo wahenga kuwa siri ya mtungi aijuaye kata, aliyejua siri ya Munezero alikuwa Sembabazi na mama yake. Waliodiriki kumuuliza, aliwajibu kwa maneno machache, "Subira yavuta heri na mvumilivu hula mbivu. "

Munezero alifuatilia jinsi fedha zilivyo ongezeka kwenye akaunti yake mwezi hata mwezi. Baada ya miaka miwili, alikuwa amefikia kiwango kilichohitajika ili apewe mkopo. Benki ilikubali kumpa mkopo wa kununua lori kwa sharti kuwa apate wadhamini watatu; mmoja wao ilibidi awe na mali isiyohama.

Habari hiyo ilipomfikia Gashumba, alikubali kutoa dhamana ya ardhi yake iliyokuwa kijijini kwao ili Munezero apate mkopo huo.

Munezero alinunua lori ambalo lilikuwa na uwezo wa kubeba tani 45. Lori hilo lilifanya safari ndefu za kusafirisha mizigo iliyoingia au kutoka Rwanda kupitia bandari za Mombasa na Dar es Salaam. Tangu lori hilo lilipoanza kazi, Munezero alikuwa ameingia katika kundi la matajiri walioingiza maelfu ya fedha kwa siku.

Maisha yake yalibadilika; alikuwa ametoka katika kundi la walala hoi, akaingia kundi la matajiri waliokula walichopenda tena wakasaza; watu waliosema wakategwa masikio hata kama walisema upuuzi; watu waliobisha hodi wakakaribishwa kwa mikono miwili hata kama hawakupendwa; watu waliotetemekewa hata kama ni dhaifu; watu walioijua dunia kuliko wataalamu wa jiografia. Jina la Munezero halikukamilika mpaka lilipoengezewa neno "bwana" au "bosi. "

Baada ya kujenga jumba la fahari katika eneo la matajiri la Kimihurura; Munezero alianza kufikiria kuacha maisha ya ukapera; lakini alihisi kuwa jambo hilo litakuwa gumu kama kuvunja mwamba kutokana na sura yake. Alijua kuwa alikuwa na sura ya kutisha kiasi kwamba wapo watoto wadogo waliomwona wakakimbia. Alijua kuwa kuna majirani walionyamazisha watoto wao au waliwalazimisha wakalale au kula chakula kwa kuwatishia kuwa watamwita Munezero; mtoto alipotajiwa Munezero tu, alikula au alinyamaza ama alipanda kitanda haraka ili asione sura hiyo ya kutisha.

Lakini mama yake alimpa moyo kwa kusema, "Mapenzi hayana macho, kama yangekuwa na macho nisingeolewa na baba yako au baba yako asingemuoa Nyamwiza. Nina imani kuwa utapa mke bora."

Katika dira aliyopiga ya kutafuta mke, aliona taswira ya Kawera, mwalimu wake wa hesabu, Kifaransa na Kiingereza; lakini wasiwasi wake ulikuwa kwamba hatomkubali kutokana na tofauti zilizokuwa baina yao.

Kawera alikuwa akija nyumbani kwa Munezero mara tatu kwa juma kumfundisha hesabu, Kiingereza na Kifaransa. Jinsi alivyozidi kukutana na Kawera, ndivyo alivyozidi kumpenda; lakini alichelea kumuambia.

Hatimaye, jioni moja baada ya somo la Kifaransa, mtumishi aliwaletea chai na biskuti sebuleni; wakati wakiburudika kwa chai; Munezero alimtobolea Kawera, akamwambia, "Samahani kama nitakuudhi lakini ndio ubinadamu. Hata kama utaudhika kwa maneno ambayo nataka kukwambia, naomba yasisababishe mtafaruku baina yetu kwani bado ninakuhitaji kuwa mwalimu wangu."

"Ninakutega sikio." Alisema Kawera.

"Kawera." Aliita

"Abee" Kawera aliitikia.

"Sinabudi kutua mzigo mzito ambao unazidi kunielemea…"

"Mzigo gani, mbona siuoni?"

"Kawera, imebidi nikutobolee kuwa ninakupenda lakini nimekuwa nikichelea kukwambia…"

"Kwanini?"

"Kutokana na tofauti zilizo baina yetu…."

"Tofauti gani?"

"Siyo siri kuwa wewe ni kidosho tena msomi; siyo siri kuwa elimu yangu ni uchwara na sura yangu ni mbaya. Pamoja na hayo, mimi ni mwanamume; nina sifa zote za kiume na mahitaji yote ya kiume, ikiwa pamoja na kupenda na kupata jiko. Nimekuwa nikiwaza na kuwazua nikaona wewe pekee ndio unafaa kuniwea jiko. Nimeshindwa kuzidi kujizuia, nakuomba….."

Kawera alimkata kauli, "Hakuna haja ya kuhangaika ukitumia njia ndefu ya kueleza jambo ambalo linaelezeka kwa mkato au kuandika kwa mate na wino upo; naomba nikuulize, kwanini unanipenda?"

Munezero alijibu, "Nimekuwa nikivutiwa na hisani yako, utulivu wako, unyenyekevu wako na ubinadamu wako. Ni kweli kwamba unakuja hapa kunifundisha masomo ambayo sikujaliwa kupata udogoni; lakini katika kunifundisha, umekuwa ukinidhihirishia kuwa unanijali na unasikitishwa na yaliyonipata. Umekuwa ukiniuliza maswali ambayo yamekuwa yakinigusa moyoni; nikatokea kuamini kuwa una utu usiokuwa na kifani. "

Kawera akamjibu "Mosi, nakuomba uachane na itikadi ya kujiona kuwa wewe ni duni kutokana na sura yako. Ulemavu si chaguo lako; haukuununua dukani, wala sokoni, wala mnadani; wewe ni binadamu kama binadamu wengine. " Aliinua kikombe cha chai, akanywa.

Akaendelea kusema, "Pili, naomba nikufahamishe kuwa kukutana na wewe ni jambo nilipanga; nakujulisha kuwa mimi ni miongoni mwa watu wachache wanaokujua fika. Ninakujua kutokana na utafiti niliofanya wakati nikiandaa tasnifu yangu ya shahada ya chuo kikuu. Mada yake ilikuwa, 'Athari za Kuvunjika kwa Ndoa kwa Watoto.' Hapo ndipo niligundua mtu aitwaye Munezero na mtu aitwaye Nyamwiza. Katika tasnifu yangu, nimekutaja kama nyamaume." Alichukua kikombe cha chai, akanywa.

Alipoweka kikombe kwenye kisahani, aliendelea kusema, "Nilipoona tangazo lako katika gazeti kuwa unataka mwalimu wa jioni, niliomba kazi hiyo ili nikutane nawe uso kwa uso; siyo kupata pesa kwani nilikuwa na watu wawili ambao nilikuwa nafundisha manyumbani kwao; niliamua kuwaacha. Wakati wote ambao nimekuwa nikija hapa, imekuwa kama kufuatilia utafiti niliofanya; ndio sababu baada ya muda wa masomo tuliokubaliana, huwa nafanya kila mbinu ili tuendelee kuzungumza kama tunavyofanya sasa. Kwa kufanya hivyo, nilithibitisha niliyoambiwa na walimu wako, majirani na waliokuwa wanafunzi wenzako; nilizidi kukuelewa na nikakuhusudu. " Alichukua biskuti, akala.

Baada ya kumeza, aliendelea kusema, "Nami nakujulisha kuwa wewe ni mwanamume mwenye hulka ya mume nimtakaye. Kwa taarifa yako, kuna wengi niliowakataa; wasomi na matajiri, kwa kuwa hawakuwa na sifa za mume nimtakaye. Munezero, niko tayari kukupa ulichonyimwa na wazazi wako. Niko tayari kukusahaulisha maovu uliotendewa na mama yako wa kambo. Niko tayari kushika ambapo mikono yako inashindwa kushika. Niko tayari kukanyaga ambako miguu yako inashindwa kukanyaga. Niko tayari kuona ambako macho yako yanashindwa kuona. Niko tayari kusikia

17

ambacho masikio yako hayasikii. Niko tayari kunusa ambacho pua yako inashindwa kunusa. Niko tayari kuwa sehemu ya mwili wako. Nitakuwa sabuni ya moyo wako na mlinzi wa maadui zako. Niko tayari kuwa mkeo. Najua kuwa binadamu hawana dogo; watasema mengi, watanicheka, lakini watachoka wenyewe; mimi binafsi sitajali kwani kelele za chura hazimzuii ng'ombe kunywa maji, wala kelele za mlango hazininyimi usingizi. "

"*Merci beaucoup.*" Munezero alitoa shukurani kwa Kifaransa akibubujikwa na machozi kwa furaha.

Wakati wa sherehe za kumaliza mwaka na kuanza mwaka mpya, Munezero alimkaribisha Kawera nyumbani ili wawe pamoja. Walishinda nyumbani, jioni wakahudhuria tafrija ambazo Munezero alikuwa amealikwa, ikiwa ni pamoja na tafrija kubwa iliotayarishwa na chama cha wafanyabiashara. Wakiwa njiani, Munezero alimwambia Kawera, "Leo ninataka kuua ndege wawili kwa jiwe moja, yaani kusherehekea kuanza mwaka mpya na kukutambulisha kwa wafanya biashara wenzangu kama mchumba wangu. "

Walirudi nyumbani majira ya saa nane usiku wakiwa wamechoka. Mara tu walipoingia kitandani, usingizi uliwachukua lakini ulikatikizwa na kelele za mlango ambao ulikuwa unavunjwa; walitambua kuwa walikuwa wameingiliwa na majambazi.

Munezero alipobofya kengele ya kuita walinzi wake, hakupata jibu; alipochungulia dirishani, aliona mmoja amefungwa kamba kwenye mti, usoni amefungwa kitambaa cheusi na mdomoni amejazwa pamba. Aliona mlinzi wa pili amelala chini; mikono yake imefungwa kamba kwa nyuma, usoni amefungwa kitambaa cheusi na mdomoni amejazwa pamba. Karibu yao, aliona mizoga ya mbwa wake wawili, Simba na Chui; aliona vipande vya nyama karibu ya mizoga yao; alihisi kuwa wamelishwa sumu.

Alipoinua simu ya chumbani ili aarifu polisi, alikuta haifanyi kazi kwa kuwa ilikuwa imekatwa; simu yake ya mkononi ilikuwa imekwisha chaji.

Walitapatapa; kila walichoshika hakikushikika, walichogusa hakikugusika; Kawera alimwambia Munezero kuwa kwa vyovyote vile majambazi walikuwa wanamtaka yeye na mali yake kwa kuwa hakuna aliyejua kuwa yeye yuko mle ndani ila walinzi wake.

Kama mfa maji anavyotapatapa, Kawera aliijiwa na wazo la kumuokoa Munezero; alitoa nguo zilizokuwa katika sanduku kubwa la chuma, akamwambia Munezero aingie katika sanduku hilo kisha akaweka nguo kidogo juu yake; akaweka kufuli, akabana; akarusha funguo nje ya dirisha.

Majambazi wawili ambao walikuwa wamejikomfleji kwa kofia nyeusi zenye matundu kwenye macho ambazo zilificha vichwa mpaka kwenye shingo na wameshikilia bastola, walimkuta Kawera chumbani amevaa nguo ya ndani, sidiria na kanga moja; nguo zake zilikuwa zimetundikwa ukutani. Alikuwa na hofu kuwa wangembaka lakini waliangalia mwili wake kama vile mbwa aangaliavyo noti ya faranga laki tano; walikuwa wanamtaka Munezero kwa udi na uvumba.

"Munezero yuko wapi?" Jambazi aliuliza.

"Amekwenda kwenye tafrija ya sherehe za mwaka mpya, bado hajarudi. "

Majambazi hawakuamini; walianza kupekua nyumba nzima. Waliingia vyumba vyote, chooni, bafuni, stooni na hata nje ya nyumba hiyo lakini hawakumwona Munezero; walirudi ndani.

Jambazi mmoja akamwambia huku amemlenga bastola, "Tuambie ukweli, la sivyo nitakutapakaza damu sasa hivi. Munezero amejificha wapi?"

"Hayupo nyumbani, amekwenda kwenye tafrija, jamani..." Jambazi alimzaba kofi, akaanguka chini; puuu kama gunia la mpunga, yule jambazi akamuinua akamkandamiza ukutani kama simba anavyokandamiza mawindo yake, akasema, "Tunataka kujua aliko Munezero sasa hivi. "

"Amekwenda kwenye tafrija. "

Jambazi alimvua kanga, sidiria na nguo ya ndani; akabaki uchi wa mnyama, akasema, "Bila shaka unajua litakalofuata; kwa usalama wako, niambie, Munezero yuko wapi?"

"Yuko kwenye tafrija. "

"Naona unatutania. " Jambazi alimpiga ngwara, akaanguka chini kama gogo; akachukua ile kanga akaichana kati vikatoka vipande viwili akamfunga mikono kwa kutumia kipande kimoja cha kanga; akachukua kipande cha pili akamfunga miguu; akachukua sidiria akaishindilia mdomoni.

"Kwa kuwa hutaki kusema ukweli, sasa utapata cha mtema kuni."

Alisema jambazi huku akiwasha kiberiti cha gesi ambacho alitoa mfukoni.

"Utasema husemi?" Jambazi aliuliza akimwonyesha moto wa kiberiti.

Jambazi aliona kuwa Kawera alikuwa anajibu lakini majibu yake hayakusikika kwa kuwa alikuwa ameshindiliwa sidiria mdomoni, alimtoa nguo hiyo; Kawera akasema, "Nitasema. "

"Haya sema basi, yuko wapi Munezero?

"Yuko kwenye tafrija."

"Naona unazidi kuleta masihara; hutaki kusema aliko?" Alianza kuchoma chuchu za matiti yake. Alianzia kwenye chuchu ya kulia, kisha akachoma chuchu ya kushoto; Kawera alikuwa anapiga kelele kwa maumivu.

"Utasema husemi?"

"Nitasema"

"Haya sema, yuko wapi Munezero?

"Yuko kwenye tafrija. "

"Kumbe bado?" Jambazi aliongeza gesi, ulimi wa moto ukaongezeka; akaendelea kuchoma chuchu. Kawera alizidi kupiga kelele, "Unaniumiza… unaniumiza.. nihurumie…ninakufa .. "

"Funga mdomo wako. " Jambazi alisema huku akimshindilia tena sidiria mdomoni.

Wakati Kawera anateswa, jambazi wa pili alikuwa anasomba vitu anapeleka katika gari ambalo lilikuwa limeegeshwa nje limelindwa na jambazi wa tatu ambaye pia alikuwa na bastola. Alijaribu kufungua sanduku alimokuwa Munezero, akashindwa; akajaribu kuinua, pia akashindwa kwa sababu ya uzito; ilibidi wasaidiane kubeba sanduku hilo.

Alipoona sanduku linabebwa, Kawera ambaye alikuwa anatafuna ile sidiria, alifanikiwa kuitema; alilia huku akipiga yowe, "Majirani mko wapi? Tusaidieni…tumeingiliwa…majirani." Majambazi wakashuku kuwa mlikuwa na mali ya thamani; walilibeba haraka haraka.

Kawera alitaka kuinuka, akashindwa; alizidisha kelele mpaka jambazi mmoja akatupa chini lile sanduku kwa hasira; akamuendea akampiga mateke, kisha akamburura mpaka bafuni, akabana mlango kwa komeo.

Alibaki anapiga keleke akisema, "Jamani msimuue mpenzi wangu, tafadhali jamani msimuue…jamani…majirani tusaidieni…" Majambazi hawakusikia maneno hayo kwa kuwa mlango ulikuwa umefungwa.

Akiwa katika hilo sanduku ambalo lilikuwa limekwisha pakiwa katika gari, Munezero alikuwa anaelekea kufa kwa kukosa hewa. Katika kutapatapa, alikumbuka kuwa katika lundo la funguo zilizokuwa katika mfuko wa suruali yake, kulikuwa na kikata kucha; alikitumia kufungua skrubu za bawaba za sanduku hilo.

Alifanikiwa kufungua pata za mlango wa sanduku hilo, akatoka. Alipoinua kichwa, aliona jambazi mwenye bastola amempa kisogo. Alimnyemelea kama vile simba anyemeleavyo nyemela; alimsogelea akisota kwa tumbo, magoti na mikono kama askari wa miguu anavyosonga mbele kumkabili adui kwenye uwanja wa vita; alimvamia na kumtia kabari kwa mkono wa kushoto; akampokonya bastola kwa mkono wa kulia; akageuza mtutu wa bastola, akampiga risasi mdomoni.

Mlio wa risasi ulishtua majambazi waliyokuwa ndani, walikimbilia nje kuangalia kilichojiri; jambazi aliyekuwa mbele alikumbana na Munezero kwenye lango la ua; akampiga risasi kiunoni lakini akakimbia. Jambazi mwingine aliponyoka.

Munezero alikimbilia ndani kumuangalia Kawera; alipomkosa chumbani na sebuleni, alipatwa na wasiwasi kuwa ameuawa; alianza kuita, "Kawera mpenzi… Kawera uko wapi?"

Alisikia sauti ya Kawera ikitokea bafuni, akafungua mlango; alimkuta amelala uchi kama alivyozaliwa huku amefungwa miguu na mikono. Baada ya kumfungua; alimfariji akimkubatia; alisema, "Pole mpenzi wa…. ", Kawera alipiga kelele, "Mungu wangu, unanitonesha; " hapo ndipo Munezero aligundua kuwa chuchu za Kawera zilikuwa zimegeuka kama mshikaki wa mafuta ambao haukuiva vizuri. Matiti yalikuwa yamevimba na yamegeuka rangi ya kahawia kama makarakara yalioiva.

Munezero alimwambia kwa uchungu, "Kumbe washenzi wamekufanya hivi, usijali mpenzi wangu, nami nimeua mmoja wao na ninaamini nimejeruhi mwingine. "

Alianza kumvisha nguo ili ampeleke hospitali lakini Kawera akakataa; alisema, "Ni kweli nina maumivu makali, lakini majeraha nilionayo si tishio kwa maisha yangu; jambo la kwanza ambalo unapaswa kufanya, ni kutoa taarifa polisi; pamoja na kwamba tumevamiwa, tambua kuwa umefanya kosa la mauaji. Pia, toka haraka ukafungue walinzi wako. "

Munezero alitoka nje, akafungua walinzi wake, kisha akawaambia wachukue shuka wakafunike maiti ya jambazi aliyempiga risasi. Aliarifu polisi kwa simu ya mkononi ya mlinzi wake.

Polisi wawili walifika hapo nyumbani wakakuta maiti iliyofunikwa shuka nyeupe iko mbele ya ua na mlango wa gari lao uko wazi. Waliingia

21

ndani, wakazungumza kidogo na Munezero na Kawera; walitoka nje pamoja kuangalia ile maiti.

Wakati polisi mmoja alikuwa anapiga picha, mwigine alifunua maiti shuka ambayo ilikuwa imeloa kwa damu, kisha akavuta taratibu kofia ambayo ilikuwa imeficha uso; alipopiga macho sura ya maiti hiyo, Munezero alipiga yowe, "Mungu wangu, muumba wa mbingu na dunia, nimemuua kaka yangu, nimemuua Kagabo. Nimeua…"

Kawera alimkumbatia, akampangusa machozi kwa mtandio aliojitanda, akamwambia, "Nyamaza mpenzi, maji yakishamwagika hayazoleki; pamoja na hayo, fahamu kuwa Kagabo amekufa akiwa adui yako. Hakuja nyumbani kukutembelea, bali kumaliza uhai wako. Usilie mpenzi wangu; mchimba kaburi huingia mwenyewe. "

Munezero alipokuwa kituo cha polisi akisailiwa, iliingia simu kutoka hospitali kuu ya Kigali ikiarifu kuhusu majeruhi mwenye jeraha la risasi kiuno ni ambaye alifikishwa hospitalini; simu ilisema kuwa risasi ilikuwa imenasa kwenye nyonga. Kwa mujibu wa sheria, ilibidi waganga waarifu polisi kuhusu majeruhi kama huyo.

Polisi wawili walipofika hospitali, walikuta mtu huyo amekata roho akifanyiwa upasuaji. Walipochunguza maiti yake, walikisia kuwa alikuwa jambazi aliyepigwa risasi na Munezero.

Waliwasiliana na wenzao kituoni; wakakubaliana kuwa Munezero apelekwe hospitali kuwasaidia katika upelelezi waliokuwa wameanza. Alipofika, walikwenda naye chumba cha maiti; alipopiga macho maiti hiyo, Munezero alipiga yowe, "Mungu wangu, ni kaka yangu, Kamanzi. "

Habari hizo zilienea Kigali kama moto wa kiangazi ueneavyo kwenye nyasi kavu; ilikuwa ndio habari iliovuma katika vyombo vya habari siku hiyo. Tabaro alipata habari za msiba huo aliposikia jina lake likitajwa katika redio mbali mbali.

Kwa kuwa alikuwa amelala nyumba ya pili, alikodisha teksi akaenda haraka kwa Nyamwiza; alikuta milango ya nyumba iko wazi. Chumba cha Kagabo, Kamanzi na Mugwiza kilikuwa wazi na vitanda vyao vilikuwa vimetandikwa vizuri. Aligonga mlango wa chumba cha Nyamwiza, hakufunguliwa; aliposukuma, alikuta umefungwa kwa ndani.

Akaanza kuita kwa sauti ya juu kwa kiwewe, "Nyamwiza... amka ... kuna habari mbaya... Nyamwiza, tafadhali nifungulie kuna habari mbaya. .. tafadhali..." Hakujibiwa.

Baadhi ya majirani walikuwa wameanza kukusanyika pale nyumbani; miongoni mwao alikuwa Sembabazi ambaye alisema, "Mimi nina hofu, haiwezekani kuwa mkeo hatusikii. Kwa vyovyote vile yumo chumbani kwa kuwa mlango umefungwa kwa ndani. Ninapendekeza tuvunje mlango. . ." Tabaro alikubali mlango uvunjwe.

Walipoingia chumbani, walikuta maiti ya Nyamwiza inaning'inia kwenye kanga zilizounganishwa na kufungwa kwenye boriti. Tabaro aliangua kilio, "Mungu wangu nikimbilie wapi? Msiba wa watu watatu kwa mkupuo, Ee Mungu umenipiga bakora ambayo sitasahau maishani mwangu. "

Kitanda cha Nyamwiza kilikuwa kimetandikwa vizuri; katikati kulikuwa na bahasha ya kaki iliyoandikwa jina la Munezero. Tabaro alihisi kuwa ilikuwa na ujumbe mzito; alimuomba Sembabazi afungue ile bahasha, Sembabazi alimjibu kuwa itakuwa makosa kusoma barua ya mtu mwingine.

Ilikuwa kitendawili kwa kuwa Munezero alikwishapigwa marufuku kufika hapo nyumbani. Hawakujua kuwa kumbe polisi walikuwa wanamshinikiza Munezero afuatane nao hapo nyumbani ili awasaidie katika upelelezi waliokuwa wameanza wa vifo vya Kagabo na Kamanzi.

Walipofika hapo nyumbani, polisi walikuta kuna tukio la tatu la kifo ambamo Munezero alihusika kwa kuwa alikuwa ameandikiwa barua na marehemu. Polisi walichukua barua hiyo kama kizibiti cha kwanza; baada ya kuisoma, walimpeleka Munezero upande; wakazungumza naye kwa muda mfupi, kisha wakampa ile barua asome.

Alisoma kimya kimya; baada ya sekunde chache, alianza kububujikwa na machozi; polisi mmoja alitoa leso mfukoni akampa apanguse machozi. Baada ya kuisoma, polisi mwingine alimuuliza kama alikuwa na jambo la kusema; Munezero alijibu kuwa alikuwa na mengi, "Ila kwa sasa, kama haihatarishi upelelezi wenu, tafadhali naomba nisome barua hii hadharani. "

Walimruhusu; aliposoma sentensi ya kwanza tu, alianza kugugumia na kulia; Sembabazi alimsogelea, akaweka mkono wake wa kulia mabegani, akampa leso yake akapangusa machozi; alijaribu tena kusoma, akashindwa; polisi walimuomba Sembabazi asome barua hiyo kwa niaba yake.

Barua ilisomeka kama ifuatavyo:

Mwanangu Munezero,

Nimeamua kuwa muendesha mashitaka na hakimu; nimejifanyia kesi mwenyewe, nikajihukumu mwenyewe, nikajipata na hatia mwenyewe; nimejihukumu adhabu ya kifo; nimejitia kitanzi.

Ninakiri kuwa mimi ndiye nilirubuni ndugu zako wakufanyie maovu ambayo yametutokea puani.

Katika dakika za mwisho za maisha yangu, nimetambua kwamba alichokipoteza Mwenyezi Mungu hakuna wa kukiongoza na alichokiongoza Mwenyezi Mungu hakuna wa kukipotosha.

Ningejua kwamba mpaji ni Mungu, nisingefanya vitimbi nilivyokufanyia.

Nakusihi unisamehe, pia naomba uwasamehe ndugu zako kwani mimi ndiye niliwapotosha.

Nakusihi pia umsamehe baba yako kwani mimi ndiye nilikuwa chachu ya maovu aliokufanyia; mimi ndiye nilificha hata barua alizokuwa akiandikiwa na walimu wako.

Buriani

Nyamwiza

Sura ya Pili
Wivu

Baada ya Kayitesi kuhitimu elimu ya sekondari, alipata kazi katika idara ya mauzo ya kampuni ya utalii ya Inyenyeri ambayo makao makuu yake yalikuwa karibu na uwanja wa ndege wa kimataifa wa Kigali. Kwa bahati nzuri, alimkuta Ikibaruta, ambaye alikuwa mbele yake katika Shule ya Sekondari ya Muhazi, ambaye pia walitoka kijiji kimoja cha Ndatemwa; akiwa miongoni mwa maafisa waandamizi wa kampuni hiyo.

Ikibaruta alikubali kuwa mwenyeji wa Kayitesi kazini na hata nyumbani. Waliishi nyumba moja ila vyumba tofauti; walipika chungu kimoja, walioga sabuni moja na wakachangia hata vipodozi. Laiti saizi zao zingekuwa sawa, wangevaliana hata nguo na viatu; kwa hali hiyo Ikibaruta alimnunulia nguo na viatu. Alimpa hata nauli ya kila siku na hela za matumizi madogo madogo mpaka alipopokea mshahara wake wa kwanza. Alimwambia, "Siyo deni na wala usishangae; ninakufanyia haya kwa kuwa nilionja ugumu wa kuanza maisha."

Pamoja na kwamba walikuwa katika idara tofauti, Ikibaruta aliahidi kumsaidia kazini; hivyo ndivyo ushoga wao ulivyoanza.

Alipojisikia kuwa yuko tayari kujitegemea, Kayitesi alimjulisha Ikibaruta utashi wake wa kuhama, alimwambia, "Ninatambua kuwa tangu nianze maisha ulinipokea kama mdogo wako; ninatambua hisani yako wakati nikijijenga kimaisha; nilikuwa kama mtoto anayetambaa, sasa ninaweza kusimama na kutembea kwa miguu yangu miwili; naomba nikupe nafasi na mimi pia nipate nafasi, sote tuwe huru kwani sote ni watu wazima; tunahitaji faragha."

Ikibaruta hakuafikiana na utashi wa Kayitesi, alimwambia, "Ni kweli nilikupokea kama mdogo wangu, tumeishi kwa masikilizano, hatukukwaruzana hata siku moja; mimi binafsi sikereki kwa kuishi na wewe. Tena unaona maisha ya mjini yanavyozidi kuwa magumu, kwanini tusiendelee kuishi pamoja, kuna madhara gani? Mimi naamini kuwa tukiendelea kuishi pamoja, utatumia hela ambazo unataka kulipia kodi ya nyumba na matumizi mengine kwa shughuli nyingine ikiwa pamoja na kufikiria kujenga nyumba yako mwenyewe. Pia usisahau kuwa bado tuna mzigo wa kutunza wazazi wetu na kugharamia ndugu ambao wanahitaji msaada wetu." Kayitesi alimsikiliza kwa makini.

Ikibaruta aliendelea kumwambia, "Pengine mwenzangu kwa kuwa ndio umeanza maisha, hujaanza kupigwa shida na wajomba, mashangazi, wapwa, mabinamu, majirani na wanakijiji kwa jumla; utayaona baada ya muda."

Kayitesi alijibu, "Siyo hadithi; kwa hakika misaada hiyo ndio imekuwa ikinikwamisha kuhifadhi fedha za kutosheleza kuanza maisha; ungeona ujumbe ninaopokea kwenye simu yangu ya mkononi, wala huwezi kupata usingizi. Mbali ya wazazi wangu ambao ninapaswa kutunza, nina wadogo zangu ambao wako shule. Jamaa wenye wagonjwa wanataka mimi ndio niwanunulie madawa; hata sherehe za harusi na ubatizo, Kayitesi ninakodolewa macho."

"Basi mdogo wangu hayo ndio maisha ya kutoka katika jamii masikini; itabidi uyazoee na kukabiliana nayo; ndio sababu bado ni muhimu kuendelea kuishi pamoja. Kama ni hoja ya kujitegemea, basi tutakuwa tunachangia kodi ya nyumba, tutachangia matumizi ya nyumbani na kulipa mshahara wa mtumishi wetu."

"Mpaka lini?"

"Kwani unakimbizwa na nini? Ukweli ni kwamba, ni kama unaishi hapa peke yako, kwani ni nadra mimi kulala hapa.

Kwa hiyo ninakuomba utafakari kabla hujafikia uamuzi wa kwenda kuishi peke yako."

Kayitesi akamjibu, "Uyasemayo ni kweli tena ni ushauri wa busara lakini nina sababu ambayo imenifanya nitake kuwa na mahala pangu binafsi."

"Sababu gani?"

"Ni kwamba nimepata mpenzi ambaye inaelekea kuwa nitafunga ndoa naye; kwahiyo ninataka mahala pangu ambako nitakuwa ninamkaribisha, nadhani unanielewa..."

"Sijakuelewa. Kwani huyo mpenzi wako hawezi kuja hapa? Mbona mimi na wewe ni masera.?"

"Siwezi kukuficha dada yangu, tunapendana lakini amenionya kuwa hataki umjue na hataki kufika hapa."

"Hiki ni kioja. Hataki nimjue wala hataki kufika hapa."

"Ndiyo."

"Inaonekana ananifahamu lakini ananiogopa."

"Hakuogopi ila hataki ujue kuwa mimi na yeye tu wapenzi."

"Ni nani huyo."

"Niwie radhi dada, nitakwambia jina lake wakati ukifika."

"Kwahiyo tumefikia uamuzi gani?"

"Mimi nimekubaliana na wazo lako la kuendelea kuishi na wewe. Yaliyobaki, nitazungumza na mpenzi wangu. Kama kweli ananipenda, itabidi tuvumiliane."

Waliafikiana kuendelea kuishi pamoja na kuchangia sawia kodi ya nyumba, gharama za nyumbani na mshahara wa mtumishi wao.

Wasichana hao waliishi pamoja na walifanya kazi katika kampuni moja lakini maisha yao yalikuwa sambamba kama mbingu na ardhi. Ikibaruta alimzidi Kayitesi cheo, umri, uzuri, utanashati, ucheshi, kujuana na watu na alipenda maisha ya hali ya juu. Kama alivyosema mwenyewe, "Kula kwangu, kuvaa kwangu, kutembea kwangu, kusema kwangu ni Ulaya Ulaya." Hata mitaani na kazini alijulikana kwa jina la utani la 'Ulaya Ulaya.'

Alipenda kujitapa kuwa hata wazazi wake walimpa jina la 'Ikibaruta', ambalo tafsiri yake ni *Anayewazidi,* kwa kuwa ndiye alikuwa mlimbwende katika familia yake. Alipenda kujitapa kuwa uzuri wake ulikuwa tunu ambayo haiwezikani kununuliwa hata kwa mamilioni ya fedha.

Alikejeli wanawake ambao alisema kuwa walikuwa wazuri wa bandia kwa kuwa uzuri wao ulitegemea virembesho. Alijitapa kwa kusema, "Uzuri wangu ni asili; ndio sababu ninasema kuwa ni tunu. Mimi si mvaa wigi ambaye usiku anakuwa na nywele za kipilipili, mchana anakuwa na nywele za singa; mimi si mwanamke mwenye kope zilizobandikwa kwa gundi zinazochomoza kama sharubu za paka. Kucha zangu zameremeta, sipapatikii kubandika za bandia. Weupe wangu ni wa asili, mkorogo kwangu ni mwiko."

Kuna siku Ikibaruta alitoleana maneno ofisini na Kabagwira, mfanyakazi mwenzake, alipomfuma akimsengenya kwenye simu na mtu aliyekuwa anazungumza naye kuhusu uzuri wao. Kabagwira alimtega sikio kwa dhati akamsikia akisema, "Tafadhari usilinganishe weupe wangu na Kabagwira, kama unataka kujua kuwa weupe wa Kabagwira ni bandia, angalia midomo yake au viwiko vyake ama vidole vyake vya mikono na miguu, utaona kuwa ni vyeusi kama masizi wakati sehemu nyingine za mwili wake zimetakata."

Kabagwira alisikika akifoka, "Usiingilie maisha yangu, unikome kama ulivyokoma kunyonya ziwa la mama yako; umekwishasikia mimi nikisema kuwa wewe ni jamvi la wageni? Unadhani sijui? Kama…."

Ugomvi huo uliamuliwa haraka na Kayitesi alipowaambia, "Tafadhali msiumbuane, hapa tuko kazini."

Thamani ya Ikibaruta ilipanda aliposhinda mashindano ya ulimbwende, akavishwa taji la mlimbwende wa Rwanda. Makampuni yalimlipa pesa nyingi ili yatumie picha yake kutangazia bidhaa katika magazeti, televisheni, kalenda na mabango; wanaume walizidi kumzengea kama vipepeo wazengeavyo maua.

Kazi yake pia ilichangia kumfanya awe maarufu; kama afisa uhusiano wa kampuni ya Inyenyeri, alifahamiana na watu wa mataifa mbalimbali waliotumia huduma za kampuni hiyo. Alizoeana na marubani na watumishi wa ndege zilizotua kwenye uwanja wa ndege wa Kigali.

Rubani mmoja ambaye alilala naye wakati ndege yake ikisubiri kushusha na kupakia mizigo kwenye uwanja huo wa ndege, alimtumia ujumbe waakiwa angani kwa kupitia mtandao wa WhatsApp akisifia urembo wake na jinsi alivyomstarehesha; sehemu ya ujumbe huo ilisomeka hivi:

"Nimezunguuka dunia; mashariki mpaka magharibi; kaskazini mpaka kusini; lakini sijawahi kukutana na kisura kama wewe. Una macho ya kikombe na meupe kama macho ya ndama. Shingo yako ya upanga yapendeza kama ya twiga. Uso wako wavutia kama jua linalochomoza. Kiuno chako cha nyigu, raha kukikumbatia. Ngozi yako yateleza kuliko kitambaa cha hariri. Kucha zako ni nyeupe kama meno ya mtoto mchanga. Nywele zako ni nyororo kama pamba iliyochambuliwa. Mwendo wako wa madaha kama ngamia aliyechoka. Viganja vyako ni laini kama utosi wa mtoto mchanga. Sauti yako yaliwaza kama kinanda kanisani. Rangi yako yavutia kuliko manyoya ya tausi."

Watalii waliokutana naye, walimuomba wapige picha naye kama mojawapo ya ukumbusho wa Rwanda. Kwa hiyo, alipokea utitiri wa zawadi toka sehemu mbalimbali za dunia; fedha za kigeni kwake zilikuwa si tatizo kwani wafanyakazi katika ndege na wageni walipomaliza safari zao, waliona fahari kumuachia malkia wa urembo wa Rwanda fedha zilizosalia badala ya kuzibadilisha. Wapo waliompa fedha ili wapige picha naye.

Mkoba wa Ikibaruta ulikuwa kama duka la kubadili fedha za kigeni; wasafiri na wafanyabiashara wa Kigali waliopanga safari za kwenda nje, walimwendea kubadili faranga za Rwanda na fedha za nje kimagendo. Hali hiyo ilimfanya Ikibaruta awe na maisha tofauti na Kayitesi ambaye aliishi kwa mshahara tu.

Lakini jinsi umri wake ulivyosonga mbele, ndivyo na urembo wake ulivyofifia; hali hiyo ilimnyima raha. Alipojitazama kwenye kioo, hakuamini kuwa alikuwa Ikibaruta wa miaka iliyopita. Uso wake ulikuwa unaleta kunyanzi ambazo ziliongezeka taratibu na kupangikika kama matuta. Ngozi yake ilikuwa imeanza kuvutika kama ugali wa udaga uliotepeta. Ngozi ya vidole ilikuwa imeanza kukakamaa kama ngozi ya kambare mkavu. Ngozi ya shingo ilikuwa inakujikakunjika taratibu mithili ya marinda ya gauni. Macho yalikuwa yanageuka hudhurungi kama macho ya bundi; nywele zilikuwa zinageuka nyeupe kama uyoga unaochomoza na sauti ilikuwa imeanza kukwaruza kama ya kunguru.

Alijitahidi kupambana na maadui wa urembo wake kwa uwezo wake wote. Alitumia vipodozi na losheni mbalimbali alizoagiza nje; alivaa miwani ya jua hata akiwa ndani; kila Jumamosi alipaka nywele rangi nyeusi; aliposhindwa kupaka rangi, basi alivaa wigi; alivaa nguo ndefu au suruali na blauzi zilizofika shingoni.

Lakini kila alipovua nguo, akaona jinsi mwili ulivyozidi kusinyaa, alizidi kupata simanzi na kuwa na kiwewe. Kila alipovua wigi akaona mvi zilivyochanua alitamani apate duka la vichwa, anunue kichwa kingine. Kuna wakati alidhani kuwa huenda vioo vilikuwa na kasoro, lakini hata alipobadilisha kioo, aliona kuwa hali ilikuwa ile ile.

Jinsi alivyohangaika ndivyo alivyozidi kupata mawazo na kukosa raha. Hata mitaani na kazini walishangazwa na jinsi alivyokauka mwili. Wapo watu waliosema kuwa huenda alikuwa ameugua ukimwi.

Hali hiyo ilimtia wasiwasi Kayitesi kwa kuwa aliona kuwa shoga yake hakuwa mcheshi kama kawaida na alikuwa anapoteza hamu ya kula; pia alishangazwa na kuwa alipunguza sana kulala nje.

Siku moja, baada ya chakula cha jioni, Kayitesi alimuuliza, "Vipi shoga, mbona nimekuwa ninakuona hauna raha?"

"Kwa vipi?"

"Unaonekana si mcheshi kama ulivyokuwa; kuna wakati naona taa ya chumbani kwako inawaka mpaka usiku wa manane, ikimaanisha kuwa unalala masaa machache, hata chakula unachokula ni kidogo...."

"Sina matatizo."

Pamoja na kwamba hakuwa na maumivu, Ikibaruta binafsi alitiwa hofu na jinsi alivyozidi kupoteza hamu ya kula na kukosa usingizi. Aliamua kwenda hospitali kuonana na waganga. Vipimo vilivyofanywa na matabibu wa Kigali, vilionesha kuwa hakuwa na ugonjwa wowote.

Hakuridhika kwa kuwa aliamini kuwa kulikuwa na sababu zilizomkosesha hamu ya chakula na usingizi kiasi kwamba alikuwa anazidi kukonda. Aliamua kwenda kujitibisha Kenya ambako aliamini kuwa kulikuwa na matabibu bingwa kuliko Rwanda.

Alikwenda katika hospitali maarufu ya binafsi ya Nairobi ambako alilazwa na kufanyiwa uchunguzi. Baada ya siku nne, aliitwa kuonana na jopo la madaktari wa hospitali hiyo; alivunjika moyo Dakta Kariuki, mkuu wa jopo hilo, alipomjulisha kuwa hawakuona ugonjwa wowote.

Kama ilivyotokea Rwanda, Ikibaruta aliamini kuwa madaktari wa Nairobi walikuwa na ujuzi mdogo; kwahiyo alitafuta namna ya kwenda kutibiwa London. Alisafiri mpaka London katika hospitali ya St Thomas ambayo ilisifika kwa kutibu viongozi na watu mashuhuri. Madaktari wa hospitali hiyo walianza kwa kusoma taarifa za madaktari wa Rwanda na Kenya, kisha wakaanza kumpima; matokeo yalionesha kuwa hakuwa na ugonjwa.

Miongoni mwa madaktari hao, alikuwemo Dakta Xuma, ambaye pia alikuwa mwanasaikolojia kutoka Afrika ya Kusini ambaye aliingia Uingereza akiwa mkimbizi wakati nchi yake ikiwa chini ya utawala dhalimu wa ubaguzi wa rangi; aliomba aruhusiwe kuzungumza na Ikibaruta kwa faragha.

Alipokutana tena na jopo la madaktari wenzake, Dakta Xuma aliwaambia, "Nami nakubaliana na vipimo vinavyoonesha kuwa Ikibaruta hana ugonjwa lakini baada ya kuzungumza naye, sina tashwishi kuwa amefadhaika akili. Nimegundua kuwa amepoteza hamu ya chakula, anapata usingizi wa mang'amng'am na majinamizi na hana raha moyoni. Kuna wakati watu wenye matatizo kama hayo wanajiua."

Dakta Xuma alisema kuwa Ikibaruta hakuwa tofauti na wagonjwa aliotibu Afrika ya Kusini bila kuwapa dawa kutokana na matatizo au majanga waliosababishiwa na siasa ya ubaguzi wa rangi iliowakandamiza watu weusi. Aliwaeleza kuwa ndio sababu wakati wa siasa ya ubaguzi wa rangi, "Afrika ya Kusini ilikuwa miongoni mwa nchi zilizokuwa na vifo vingi vya kujinyonga na wagonjwa wa akili."

Madaktari hao walikubaliana kuwa Dakta Xuma amfahamishe Ikibaruta tatizo lake.

Dakta Xuma alimwambia Ikibaruta, "Pamoja na kwamba vipimo vimeonesha kuwa hauna ugonjwa; baada ya mazungmzo yako nami, nimegundua kuwa una tatizo linaloweza kutatulika ukifuata ushauri nitakaokupa."

Ikibaruta alisema kwa furaha, "Daktari nashukuru kwa kuwa umegundua ugonjwa wangu. Mungu asifiwe; gharama zangu za matibabu hazikupotea bure."

Dakta Xuma akasema, "Samahani, sikusema kuwa una ugonjwa, bali nimesema kuwa una tatizo ambalo linaweza kutatulika ukifuata ushauri wangu. Baada ya mazungumzo yetu, nimeridhika kuwa una tatizo la msongo wa mawazo kutokana na kuwa unaogopa uzee."

"Uzee?" Aliuliza kwa mshangao.

"Ndiyo, uzee." Alijibu Dakta Xuma akimuangalia usoni. Wote walikuwa kimya.

Dakta Xuma akamuuliza, "Je ukipiga ngumi ukuta matokeo yake ni yapi?"

Ikibaruta akajibu, "Utaumia mwenyewe."

"Naam Naomba nikujulishe kuwa unapiga ngumi ukuta kwa kuwa hakuna dawa ya uzee."

Ikibaruta alikaa kimya.

Dakta Xuma akasema, "Pamoja na kwamba tumekwambia kuwa vipimo vimeonesha kuwa hauna ugonjwa, lakini vipimo hivyo pia vinaonesha kuwa umedhurika kwa kutumia madawa ya kuzuia mimba. Je, ni kweli au si kweli kuwa umekuwa ukitumia madawa hayo?"

"Ni kweli."

"Je ni kweli au si kweli kuwa ulitoa mimba mara kadhaa?"

"Ni kweli."

"Basi nakujulisha kuwa vipimo vyetu vimeonesha kuwa madawa uliotumia ya kuzuia au kutoa mimba yalikwisha haribu mlango wa kizazi chako, labda kutokana na matumizi mabaya. Kwahiyo, hakuna haja ya kuendelea kutumia madawa hayo kwa sababu kamwe huwezi kupata mimba." Alisema daktari huyo; Ikibaruta alikaa kimya.

"Je, ni kweli au si kweli kuwa unatumia vipodozi na madawa ya urembo?"

"Ni kweli."

"Basi, nakujulisha kuwa uko katika hatari ya kuugua saratani ya ngozi. Vipimo vimeonesha kuwa ngozi yako imelika kutokana na vipodozi vyenye kemikali zinazodhuru ngozi ambavyo ulitumia."

Ikibaruta alikuwa kimya.

Dakta Xuma akamaliza kwa kusema, "Unachosema kuwa ni ugonjwa, hakitibiki kwa sindano wala vidonge wala utaalamu mwingine wa hospitali bali kwa ushauri wa wataalamu wa saikolojia ambao ni tele nchini Rwanda."

Aliporejea Rwanda, Ikibaruta alikuta mapenzi ya Kayitesi na Munana yameshamiri; walikuwa wamefikia hatua ya kufunga ndoa.

Ilibidi amwambia jina la mpenzi wake ambalo alikataa kumwambia awali. "Kumradhi shoga yangu, kutokana na hatua tuliopiga, sina budi kukufichulia jina la mpenzi wangu ambaye nilishindwa kukwambia hapo awali kwa kuwa sasa sio siri tena kwani tumeamua kufunga ndoa."

"Ni nani?"

"Ni Munana."

"Yule afisa wanyama?"

"Ndiye huyo."

"Alaa, nimegundua sababu alikuwa hataki nimjue na sababu alikuwa hataki kufika nyumbani."

Uhusiano wa Kayitesi na Munana ulianza baada ya Ikibaruta kupiga teke ombi lake la uchumba. Ikibaruta hakumficha shoga yake jinsi alivyomdharau Munana; aliwahi kumwambia, "Kazi ya Munana inanitia kinyaa, eti naye ana elimu! Nashangaa mtu mwenye akili timamu kuchagua kazi ya kutibu wanyama; atakuwa anakuja nyumbani baada ya kuosha mbwa na kutibu paka na nguruwe. Aka."

Kabla ya kuolewa, Kayitesi alimwambia Ikibaruta, "Shoga, ninasikitika kuwa inabidi sasa tutengane kwa kuwa baada kipindi kifupi nitaolewa na Munana. Sina namna ya kukuonesha jinsi ninavyothamini wema ulionifanyia. Ulinipokea mjini kwa ukarimu; ulinifungua macho ya maisha ya mjini na tukaishi kama jembe na mpini. Munana siyo mgeni kwako; anaelewa kuwa mimi na wewe ni chanda na pete. Ameahidi kuwa hataingilia uhusiano huo bali atauimarisha."

Ikibaruta alimjibu, "Hakika ninafurahia kuwa umeamua kufunga pingu za maisha na Munana; halikadhalika na mimi nitajitahidi tudumishe uhusiano wetu ambao watu wengi waliamini kuwa ni wa kinasaba. Pia najivunia kuwa utatokea hapa nyumbani kuanza maisha mapya."

Ikibaruta ndiye alikuwa mpambe wa Kayitesi katika harusi yake; kufuatana na desturi za Kinyarwanda; baada ya harusi, aliishi hapo nyumbani katika kipindi cha fungate akimsaidia mwari kuzoea maisha ya unyumba.

Alipowaaga kurudi kwake, Munana alimwambia, "Unakaribishwa hapa nyumbani kwa mikono miwili." Alimwita mtumishi wao, akamtambulisha Ikibaruta, akamwambia, "Huyu ni mwenzetu; kwangu ni shemeji; kwa Kayitesi ni mwandani; ninakutambulisha kwake ili ujue uzito wake katika familia hii; tumeamua kumpa ufunguo wa mlango wa mbele; akifika hapa, hata kama sisi hatupo, tafadhali mpokee na umhudumie kama unavyotuhudumia sisi." Alimkabidhi Ikibaruta ufunguo.

Kama walivyoahidiana, Ikibaruta aliendelea kuwa karibu sana na Kayitesi ambaye sasa alijivunia kuitwa Bi Munana kuliko Kayitesi. Alifanya kila awezalo ili amlipe Ikibaruta wema; siku za Jumamosi, alipenda kumualika chakula cha jioni na Munana alinunua mvinyo ambao mkewe alimwambia kuwa shoga yake alikuwa anapenda. Pia, mara nyingi alikwenda kwao kula chakula cha mchana.

Ikibaruta aliona wivu aliposikia wakiitana, 'mpenzi au habibi au muhibu' badala ya majina yao; au alipowaona wakifanyiana vitendo kama Munana kumkata kucha mkewe; au Kayitesi kumnyoa nywele mumewe; au Munana kukata kipande cha nyama na kumlisha Kayitesi kama ndege anavyolisha kinda lake; au Kayitesi kumchambulia mumewe miba katika samaki kama kwamba alikuwa kipofu au mtoto mchanga; au Munana kumenya ndizi mbivu kisha akamlisha Kayitesi; au Munana kumpigia pasi mkewe.

Hali hiyo ilimfanya akumbuke wanaume waliotaka kumuoa miaka iliopita lakini akawakataa kwa sababu mbalimbali. Alijaribu kuwachokoza ili aone kama kuna ambaye alikuwa bado ana wazo la kufunga ndoa naye.

Alianzia kwa Kamana, mtaalamu wa kilimo, ambaye alifikia hatua ya kumtambulisha kwa wazazi wake kama mchumba wake na wazazi wakampenda; Ikibaruta alimkataa kwa kuwa hakujiona, "Kuendesha maisha na mtu ambaye alifanya kazi ya kuchezea udongo vijijini."

Ikibaruta alimtumia Kamana ujumbe mfupi wa maandishi kwa kutumia mtandao wa WhatsApp, *"Ni kukusalimia tu baada ya miaka mingi, vipi unaendeleaje na maisha?"*

Kamana alimjibu kwa kumtumia picha yake akiwa na mkewe na watoto wao watatu. Picha hiyo iliandamana na ujumbe uliosema, *"Huyo ndiye Kamana wa sasa."*

Ikibaruta alimchokoza Masumbuko, ambaye alimpenda akiwa mwalimu wa shule ya msingi kijijini kwao. Wazazi wa Masumbuko waliunga mkono wazo la kijana wao la kuoa binti ya jirani yao hata wakatuma mshenga kupeleka kishika uchumba. Ingawa Masumbuko alikubalika katika familia ya Ikibaruta kutokana na tabia zake na familia mbili kuwa karibu, hakukubalika moyoni mwa Ikibaruta kwa kuwa alisema kuwa hakupanga kuishi na "Mume anayetunzwa na kupiga kelele mbele ya watoto na kuchezea vumbi la chaki."

Masumbuko pia alipokea ujumbe mfupi kwa WhatsApp: *"Ni kukusalimia tu baada ya miaka mingi, vipi unaendeleaje na maisha?"*

Masumbuko alimjibu kwa kumtumia picha yake akiwa katika mkutano; mbele yake kulikuwa na bango lilomtambulisha kama, "Mkuu wa Chuo cha Walimu." Picha hiyo iliandamana na maneno yasemayo, *"Huyo ni yule mwalimu aliyekuwa akipiga kelele mbele ya watoto na kuchezea vumbi la chaki."*

Ikibaruta alimchokoza Mugesera, askari polisi ambaye alimtuma dada yake kuwa mshenga lakini Ikibaruta akampiga teke kwa kusema, "Sina wakati wa kuishi na mtu anayekimbizana na majambazi mitaani."

Ikibaruta alimtumia Mugesera ujumbe uleule aliotumia wenziye, *"Ni kukusalimia tu baada ya miaka mingi, vipi unaendeleaje na maisha?"*

Mugesera alimjibu kwa kumtumia picha yake akiwa kwenye mkutano wa maafisa waandamizi wa polisi; mbele yake kulikuwa na bango lililomtambulisha kama, "Kamanda wa Polisi wa Mkoa."

Katika ujumbe wake, Mugesera aliandika, *"Jina langu halikamiliki bila kutanguliza cheo changu, 'Kamanda au Afande."*

Ujumbe huo ulimfanya Ikibaruta azidi kufadhaika.

Kila alipokwenda kwa Kayitesi, akaona jinsi alivyotulia na mumewe, alizidi kuwa na wivu. Alianza kupunguza matembezi yake nyumbani kwao, lakini wao walizidi kumhimiza awatembelee.

Ipo siku Kayitesi alimuuliza, "Vipi shoga, mbona umepunguza matembezi yako nyumbani kwetu, kuna kitu kilichokuudhi?"

"Hapana, ni kwa kuwa hujisikia ninataka kuwa kwangu."

Mwaka mmoja baada ya kufunga ndoa, Munana na Kayitesi waliandaa tafrija ya kuadhimisha mwaka mmoja wa ndoa yao. Munana alialika marafiki zake, kuanzia marafiki wa utotoni, waliokuwa wanafunzi wenziye na wafanyakazi wenziye; pia Kayitesi alifanya hivyo hivyo.

Ikibaruta alikuwa miongoni mwa waandazi walioalikwa kusaidia katika shughuli za mapishi na kuhudumia wageni; juu ya hayo, alipewa jukumu la kuwa mwandazi mkuu.

Tafrija ilianza kwa waalikwa kushtua mbavu kwa vinywaji na mazungumzo; kisha wakakaribishwa chakula kilichoandaliwa kwenye meza zilizopangwa sebuleni.

Kila mtu alikuwa huru kuchagua chakula na kinywaji alichotaka.

Lakini kila aliyeweka chakula kinywani, hakuendelea kula; badala yake, aliomba maji baridi; wakawa wanakunywa maji kuliko kula chakula. Hali hiyo ilimshangaza Munana; aliwahimiza wageni kula na kunywa kwa kuwaambia, "Jamani msione haya, chakula hiki kimetayarishwa kwa ajili yenu. Mimi na mke wangu tutafurahi kikimalizika; kitakachosalia, tutawafungia mpeleke majumbani." Waalikwa walikuwa kimya wakitazamana mpaka Munana akashuku kuwa kulikuwa na jambo.

Ili kuwahimiza wale, alichukua sahani, akaenda kupakua chakula; aliweka pilau na nyama ya kuku kisha akijiunga na waalikwa; alipotia wali kinywani, aligundua kilichowafanya waalikwa waache kula; wali ulikuwa na chumvi kali kama magadi. Alionja biriani, ilikuwa hivyo hivyo; alionja viazi mbatata, vilikuwa hivyo hivyo; alionja nyama ya kuku, ilikuwa hivyo hivyo.

Aliinuka akaenda chumbani ametaharuki, akamwita Kayitesi; alipoingia chumbani, alishtushwa na jinsi mumewe alivyobadilika ghafla, alikuwa amefura kama swira; shati lilikuwa limetota kwa jasho na kupumua kwa kasi kama mwanariadha aliyemaliza mbio na machozi yalikuwa yanamlengalenga kwa hasira.

Kayitesi alipomsogelea ili ampoze na kumuuliza kilichotokea, Munana alimsukuma kwa hasira akifoka, "Usiniguse, tafadhali usiniguse."

Alipigwa na bumbuazi, "Imekuwaje muhibu wangu, mbona umebadilika ghafla kwenye sherehe yetu? Mbona imekuwa hivi na hali tuna wageni sebuleni?" Aliuliza Kayitesi.

"Umeonja chakula ambacho tumewaandalia wageni wetu?"

"Ndio, nimeonja pilau, wali mweupe, biriani, nyama ya kuku, nyama ya ng'ombe, nyama ya mbuzi, ndizi hata kachumbari." Alijibu Kayitesi.

"Haukusikia kama chakula chote kina chumvi nyingi kiasi kwamba wageni wetu wameshindwa kula?"

"Mbona sikuelewi mpenzi wangu? Unasema wageni wameshindwa kula?"

Kayitesi alimuacha mumewe chumbani akaenda sebuleni; akapakua chakula kwenye mabakuli, masahani na masinia vilivyokuwa mezani, akarudi chumbani, akaonja.

"Mume wangu, unayosema ni kweli, hiki chakula hakiliki …"

"Funga kinywa. Unataka nimlaumu nani? Nashindwa kuelewa kama imekuwa bahati mbaya au makusudi…."

"Tafadhali mume wangu usitumie lugha ya kuniumiza kiasi hicho; hii sherehe ni yetu; nimechangia fedha nyingi ili iwe ya kukata na shoka; unadhani ninaweza kujihujumu….?"

"Fedheha. Tutawaleza nini wageni wetu. Watatuelewaje?" Aliuliza Munana.

" Tafadhali amini ninayokwambia, nimeonja kila chakula kabla ya kukiandaa mezani."

"Hata mimi naomba nieleweke, hiyo chumvi haikutoka mbinguni."

"Samahani mume wangu, siyo mimi…"

"Usizidi kunipandisha hasira." Alimsukuma; Kayitesi alijigonga kwenye mlango wa chumbani; vipande vya vioo vilianguka sebuleni; waalikwa walishtushwa na kilio cha Kayitesi; waliingia chumbani, wakawaamua.

Kayitesi alikuwa analia na kutokwa na damu huku akizidi kumsihi mumewe, "Naomba unielewe mpenzi wangu, siyo kosa langu, kwa vyovyote vile, kuna mtu ambaye alikuwa na dhamira ya kuhujumu sherehe yetu. Kama wasemavyo wahenga, kikulacho kinguoni mwako, nami naamini kuwa kinilacho kinguoni mwangu; ninaamini kuwa alaakulihali aliyefanya kitendo hiki ni miongoni mwa watu walio humu ndani; nitafanya juu chini mpaka nimjue."

Ikibaruta aliingia chumbani akiwa na beseni yenye maji ya vuguvugu na kitambaa, akampangusa na kumkanda shoga yake akisema, "Poleni jamani, nami nitawapeni msaada mtakaohitaji ili aliyefanya hujuma hii ajulikane."

"Tutashukuru." Munana na Kayitesi walijibu kwa pamoja.

Miezi miwili baadaye, mtumishi wao alipokwenda posta, alikuta katika sanduku lao posta mna barua ya Kayitesi. Siku hiyo, Munana ndiye alitangulia kufika nyumbani kwa chakula cha mchana; alipoona barua ya mkewe mezani, aliifungua na kuisoma:

Wangu wa moyo Kayitesi.

Habari za tangu juzi? Nilikuwa na wasiwasi kuwa huenda mumeo atagundua siri yetu, lakini kwa kuwa ni kimya, basi ninaamini kuwa mambo ni shwari.

Sina mengi ila kukujulisha kuwa ninaweweseka ninapokumbuka raha ulizonipa juzi; kama ningejua tangu zamani, usingeolewa na huyo mganga wa wanyama.

Mpenzi, naomba tukutane tena siku ya Jumatano ijayo wakati mkiwa kwenye mazoezi ya netiboli. Nitakuja uwanjani kukuchukua; fanya uwezavyo tuonane.

Wako wa moyo

Mwili wa Munana ulisisimka kama aliyekutana na mnyama mkali; maji ya nyongo yalikuwa yanamwagika tumboni na kumchoma kama vile tindikali; alikumbwa na baridi kama mtu aliyemwagiwa barafu. Alikwenda kitandani akajifunika gubigubi, akamwambia mtumishi alete jiko la mkaa chumbani. Mtumishi alibandua sufuria kwenye jiko, akampelekea Munana chumbani.

Kayitesi alipofika, alimkuta mumewe taabani kitandani; alimwendea akiwa na wasiwasi, akamuuliza, "Vipi mpenzi unaumwa nini?"

Munana aliposikia sauti ya Kayitesi, alikurupuka kitandani kama mtu aliyepagawa, akamkaba. Ugomvi huo uliamuliwa na Ikibaruta ambaye pia alikuwa ametoka kazini kujiunga nao kwa chakula cha mchana.

Kayitesi alikimbilia nyuma ya Ikibaruta anatetemeka kama kuku aliyenyeshewa mvua; Ikibaruta alimuuliza Munana, "Imekuaje shemeji mpaka uko katika hali ya kutisha kiasi hiki?"

Munana akamjibu, "Sitaki kuandika kwa mate na wino upo; ebu soma barua hii, kisha umpe na shoga yako aisome; halafu mniambie kama kuna mume anaweza kuvumilia jambo hilo." Alimpa barua.

Ikibaruta alisoma, kisha akampa Kayitesi naye akasoma; jinsi alivyosoma ndivyo machozi yalivyomtoka; alipomaliza, alisema, "Mume wangu, ninasikitika kwa kuwa umekwisha nipata na hatia kwa kosa ambalo hujathibitisha kuwa ni kweli," alizidi kulia huku kamasi nyembamba zikimtoka; Ikibaruta alitoa leso katika mkoba wake, akampangusa.

Aliendelea kusema huku ameelekeza kidole cha shahada juu, "Mume wangu, Mungu ndiye shahidi kuwa sijafanya kitendo cha uasherati; ninakuhakikishia kuwa kuna hasidi anataka kuvuruga ndoa yetu. Ili niinusuru ndoa yetu, niko tayari kufanya unachotaka ili uamini kuwa nisemayo ni kweli."

Munana alijibu kwa hasira, "Unataka ushahidi upi zaidi ya hiyo barua? Barua inaeleza mambo uliofanya; au unataka kusema kuwa mimi ndiye nimeandika barua hiyo..." Alishindwa kuendelea kusema, aligeuka nyuma, akatoa leso mfukoni akapangusa machozi.

Aligeuka akamtazama mkewe, akasema, "Kayitesi, umesema kuwa uko tayari kufanya kitendo chochote nitakacho ili niamini kuwa unayosema ni ukweli?"

"Ndiyo, niko tayari."

"Basi wakati ninatafakari yaliyotokea na hatua zaidi, tangu leo ni marufuku kucheza netiboli. Kama una…"

Ikibaruta alimkata kauli, "Shemeji yangu, nakuomba usiwe na hasira ya mkizi; majuzi ulimjeruhi mkeo na ulivunja vifaa vya nyumbani ambavyo mlinunua kwa pesa mlizotolea jasho. Sasa umempiga marufuku kuchezea netiboli timu ya kampuni yetu na hali unajua kuwa ni nyota wa timu hiyo; tafadhali punguza hasira shemeji yangu." Alikuwa analia.

Baada ya kupangusa machozi, aliendelea kusema, "Shemeji, inasikitisha kuona kuwa ndoa yenu imeanza kuyumba katika kipindi kifupi; shemeji, tafadhali punguza hasira; hasira ni hasara;"

Munana alimjibu, Shemeji, "Hata mimi ninasikitika kuwa ndoa yetu inakwenda mrama haraka namna hii; yanayotokea ni kinyume na matarajio yangu. Nilipooana na Kayitesi, nilitegemea faraja; niliamini kuwa nimepata mwenzangu ambaye tutasaidiana tujenge maisha yetu; sikujua kuwa nimeleta mzinzi..."

Kayitesi alimkata kauli, "Tafadhali mume wangu usiniumbue kiasi hicho, mimi Kayitesi ni mzinzi? Neno hilo limekutoka moyoni au ni ule usemi wa kuwa akutukanaye hakuchagulii tusi? Tafadhali mume wangu usiniumize kiasi hicho. Tafadhali..."

Ikibaruta aliingilia, "Shemeji, ukweli ni kwamba hata mimi binafsi siamini kuwa Kayitesi anaweza kufanya upuuzi huo kwani hata kabla hamjaoana, hakuwa na utundu kama huo."

Munana alijibu, "Naona mnashirikiana kunilaumu, lakini nimeuliza swali ambalo sijajibiwa; hii barua nimeiandika mimi?" Kabla hajajibiwa, aliita mtumishi wao aje mle chumbani.

Alipoingia, alimuuliza, "Imekuwaje hii barua ikafika hapa?"

"Nimeikuta katika sanduku lenu la posta."

"Ahsante sana, haya kaendelee na shughuli zako."

Munana akawageukia, "Mmemsikia mtumishi alivyosema?"

Walikaa kimya.

Akamuuliza Kayitesi, "Je si kweli kuwa siku ya Jumatano iliopita ulikuwa kwenye mazoezi ya netiboli?"

"Ni kweli lakini asilani sikukutana na hilo shetani ambalo halikutaja jina lake. Mume wangu, kama kuacha kucheza netiboli ndio manusura ya ndoa yetu, basi ninakufahamisha kuwa tangu sasa nimeacha kucheza mchezo huo ambao nilipenda tangu nikiwa mwanafunzi na ukanifanya mashuhuri."

Tangu siku hiyo, Kayitesi alijitoa kwenye timu ya netiboli ya kampuni ya Inyenyeri; uongozi wa kampuni ulimsihi angalau abaki kama kocha wa timu lakini Kayitesi alisingizia kuwa afya yake haimruhusu.

Wachezaji wenziye waliamua kumfanyia sherehe ya kumuaga na kumtunukia nishani; Kayitesi alikataa. Walimwomba wamuage rasmi; pia alikataa.

Mwezi mmoja baada ya kisa hicho, alifika mtoto nyumbani kwao akiwa na barua ya Kayitesi; kwa kuwa Kayitesi alikuwa kazini, alimkabidhi mtumishi barua hiyo. Siku hiyo, Kayitesi, Munana na Ikibaruta walifika nyumbani wakati mmoja kwa chakula cha mchana.

Walipokuwa sebuleni, mtumishi alimletea Kayitesi barua yake; alifungua bahasha, akasoma kimyakimya; mara walishtukua anaangua kilio, "Eeeh Mungu, nifanye nini miye? Mtu huyu ananitaka nini?" Alitupa barua hiyo juu ya meza; Munana aliichukua kwa wasiwasi akasoma:

Wangu wa moyo Kayitesi,

Habari za tangu juma lililopita; naona mbinu mpya ya kuomba ruhusa ya dharura kazini pia inafaa ingawa muda hautoshi kama wakati wa mazoezi ya netiboli.

Kesho mchana nitamtuma mtoto akuletee mafuta ya nywele ulioniambia kuwa unapenda, yaliwasili jana kutoka Nairobi. Nijulishe kwa simu wakati mzuri wa kukuletea zawadi hiyo ili huyo bwege wako ambaye kazi yake ni kupurukushana na nguruwe, mbwa na paka, asilete matatizo.

Wako wa moyo.

Baada ya kusoma hiyo barua, Munana alikurupuka sebuleni kwa hasira, akaingia chumbani; alirudi amepanda mori akiwa na mkasi wake wa kunyolea ndevu; akasema, "Nimefikia hatua ya kutukanwa kwa sababu yako?" Alimuashiria kwa mkono akae kwenye kiti.

Wakati Kayitesi anajiweka sawa kwenye kiti hicho, Munana aliendelea kufoka, "Hauna haya unaomba ununuliwe mafuta ya nywele? Sasa, nitakunyoa nywele zote, nione hayo mafuta utayapaka wapi."

Ikibaruta alimshika mkono, akamkupua ule mkasi; akang'aka, "Sasa umevuka mpaka."

Munana akajitetea, "Shemeji, mimi nilidhani tabia hiyo itakoma baada ya Kayitesi kuacha netiboli, kumbe mramba asali harambi mara moja; Kayitesi amebuni mbinu mpya ya kukwepa kazi na kwenda kufanya ufedhuli wake wakati wa kazi." Aliweka viganja vyake usoni akizuia machozi, lakini yalizidi kudondoka.

Akaendelea kusema, "Nilitaka kusema kuwa ni afadhali pia aache kazi kama alivyoacha netiboli lakini naona ni vigumu kwa kuwa kazi ni msingi wa maisha yetu. Badala yake, nimeamua nimnyoe hizo nywele zinazomvutia huyo paka shume ambaye anasema kuwa mimi ni bwege. Je, na wewe unakubali kuwa mimi ni bwege?"

"Hasha, wewe si bwege. Bwege ni mwanahizaya anayemendea mkeo." Alijibu Ikibaruta.

Munana alimsikiliza akiendelea kupangusa machozi.

Ikibaruta akamuuliza, "Lakini shemeji, hivi unakumbuka kuwa safari iliyopita nilikwambia kuwa una hasira za mkizi?" Kabla ya hajajibiwa, Ikibaruta akauliza swali jingine, "Hivi umewaza matokeo ya kumnyoa nywele mkeo ni yapi?"

Hakusubiri ajibiwe, akaongeza swali jingine, "Tangu lini wewe ukawa kinyozi?"

Kabla hajajibiwa, alimwambia, "Hakuna haja ya kukufundisha thamani ya nywele kwa mwanamke; kama unataka kujua, nenda saluni ukaangalie jinsi wanawake wanavyohangaika wakibandikwa na kubanduliwa nywele zilizoagizwa kutoka nchi za nje; au wanavyolainisha nywele zao za asili, ili mradi wapendeze. Nenda kaangalie jinsi nywele zao zinavyopigwa pasi; jinsi wanavyobanikwa vichwa kwenye mashine za joto; jinsi wanavyolaza au kunyoosha nywele zao katika mitindo ya majina ya ajabuajabu; wasipotaka 'mbejuo' watataka 'twende kilioni', au 'yeboyebo', au 'mabutu ya rasta', wengine wanabandikwa nywele kwa gundi au wanashonewa nywele kichwani kwa nyuzi. Hauna huruma unataka kumnyoa nywele mkeo? Hakika huko ni kumdhalilisha kusiko kuwa na kifani; nywele ni fahari ya mwanamke, kwanini unakuwa mtumwa wa hasira shemeji yangu?"

Munana ambaye alikuwa ametulia kama mtu anayenyolewa alijibu", alijibu, "Nimekuelewa, ninakiri kuwa nimevuka mpaka; lakini naomba nikuulizeni, kama hii barua ingelikuwa imeandikiwa mimi, Kayitesi angefanyaje?

Kayitesi akajibu, "Ningetaka kujua ukweli kuliko kurukia uamuzi bila kufikiria. Ningelifanya uchunguzi."

Ikibaruta akamuunga mkono, "Asemayo Kayitesi ni kweli; hasira ni ukichaa mfupi. Tafadhali shemeji punguza hasira."

Munana akajibu, "Si mimi ni moyo; kama Kayitesi anataka moyo wangu utulie wakati nikifanya uchunguzi, nataka kuanzia leo, kila akitoka nje, awe anavaa baibui."

Ikibaruta akahamaki," Ebu rudia, umesema...."

"Tangu leo, Kayitesi awe anavaa baibui...",

"Lo, una....." Kibaruta alifoka.

Kayitesi alimkata kauli kwa kusema, "Hapana shoga, hilo linavumilika; nimefurahi kuwa mume wangu amezinduka. Kwa kuwa ameahidi kufanya uchunguzi, na mimi ninaahidi kuwa kuanzia leo nitakuwa ninavaa baibui kila nikitoka nje kwa sharti kwamba anafanya uchunguzi. Uchunguzi ndio utang'oa mzizi wa fitina; ndio utaokoa ndoa yetu; ndio utabainisha mbivu na mbovu."

Asubuhi moja, Munana na Kayitesi waliondoka nyumbani kwa wakati mmoja; Munana alielekea kazini na Kayitesi, ambaye alikuwa amechukua likizo ya uzazi, alielekea kliniki. Akiwa kazini, Munana alijisikia ana homa; aliruhusiwa akarudi nyumbani. Alipofika nyumbani, alijikuta amesahau funguo za nyumba kazini kwake; mkewe alikuwa hapokei simu na mtumishi alikuwa amekwenda sokoni. Kwa kuwa nyumbani kwao na kampuni ya Inyenyeri ilikuwa ni pua na mdomo, aliamua kwenda kumuomba Ikibaruta ufunguo wake.

Alimkuta yuko katika mkutano; akamtumia ujumbe mfupi wa maandishi kwenye simu yake ya mkononi, akamjulisha kuwa amerudi nyumbani kwa kuwa alikuwa hajisikii vizuri lakini ameshindwa kuingia ndani kwa kuwa amesahau funguo zake kazini, mtumishi alikuwa sokoni na Kayitesi alikuwa kliniki na amezima simu; kwa hiyo akamuomba ampe ufunguo wake.

Ikibaruta alimjibu, "Samahani siwezi kutoka katika mkutano, angalia ufunguo katika mkoba wangu ambao umetundikwa kwenye kiti changu hapo kwenye meza uliposimama."

Munana alifungua mkoba akatoa ufunguo, lakini vile vile aliona bahasha imeandikwa Kayitesi; alichukua ufunguo na barua ya mkewe.

Alimtumia Ikibaruta ujumbe mfupi akamshukuru na kumjulisha kuwa pia amechukua barua ya Kayitesi ambayo ilikuwa katika mkoba wake.

Ikibaruta alimjibu, "Umetaka ufunguo, imekuwaje ukachukua barua isiyokuwa yako? Kumbe nimefanya kosa kukuruhusu uangalie katika mkoba wangu?"

Munana akamjibu, "Samahani kama nimekuudhi; lakini la muhimu ni kuwa barua itamfikia mlengwa; siyo lazima umkabidhi wewe; samahani sana shemeji yangu, tutakutana wakati wa chakula cha mchana."

Alipofika nyumbani, alikuta Kayitesi amerejea kutoka kliniki, akamkabidhi barua yake. Baada ya kusoma barua hiyo, Kayitesi alijiinamia akitokwa na machozi. Akamuuliza, "Mume umesema kuwa umekuta barua hii katika mkoba wa Ikibaruta?"

" Ndiyo, kwani huamini niliyosema?"

"Ni vigumu kuamini, ebu soma barua hii."

Barua ilisomeka kama ifuatavyo:

Mpenzi Kayitesi,

Pole sana kwa matatizo yanayokusakama; usijali kuvaa baibui kwa kuwa linafunika mwili, halifuniki moyo. Huyo kichwa bupu hana habari kuwa wapo wajanja kumzidi. Waonaje kimwana tumtoe roho kabla hajatoa roho yako. Sitaki kusema maneno mengi ila pendekezo langu ni hilo; kama unaridhia, tafadhali nijulishe nitamshughulikia bila kuchelewa.

Akupendaye

Baada ya kusoma barua hiyo, Munana na Kayitesi walitazamana kimya kama mabubu. Munana akasema, "Mke wangu, tafadhali nisikilize kwa makini; barua ya kwanza ilipitia posta, barua ya pili ililetwa kwa mkono, barua ya tatu imepitia kwa shoga yako; hivi huoni kuwa shoga yako anafahamiana na huyo anayeandika barua hizo? Huoni kuwa anaweza kuwa ndumakuwili?"

"Mungu apishe mbali; sioni sababu hata chembe ya mwandani wangu kunichimba."

"Unamfahamu popo?"

"Ndiyo."

"Ni mnyama au ndege?"

"Yuko kotekote; yuko katika jamii ya wanyama lakini pia jamii ya ndege."

"Je, ulikwishamwona akiruka mchana?"

"Hapana, popo huruka usiku wakati ndege wengine wametulia mitini."

"Sahihi, popo anatarazaki katika giza ingawa hana taa; mawindo yake anayafanya katika giza na anafanikiwa…."

"Lakini sielewi sababu unamuhusisha popo katika mazungumzo kuhusu shoga yangu."

"Ninazungumzia popo kwa kuwa wapo binadamu wenye hulka ya popo; ni vigumu kuwatambua kwa kuwa ni hodari wa kuficha kucha. Ninataka kusema binadamu wenye inda; ni wasiri mno. Ninashuku kuwa mwandani wako anaweza kuwa katika kundi hilo; anaweza kuwa anakuonea wivu na kumfanya awe na inda kwako."

"Sioni sababu ya mwandani wangu kunilia njama; katika safari ya maisha yetu, kuanzia tulipokuwa tukicheza pamoja kijijini kwetu; tulipokuwa wanafunzi katika shule za msingi na sekondari na hata aliponipokea mjini nilipoanza maisha, sikumbuki tukio lolote ambalo linaweza kunifanya nimshuku. Alikuwa mkarimu kwangu; tuliishi raha mstarehe mpaka nilipoamua kuolewa."

"Kumradhi mpenzi, je unakumbuka kuwa nilimpenda Ikibaruta kabla yako mpaka nikataka tuoane lakini akanikataa?"

"Ndiyo, alikukataa mimi nikakupenda, tatizo liko wapi?"

"Tusilaumiane; tunazungumza haya kwa kuwa tunashuku kuwa Ikibaruka anaweza kuwa anafahamu au anashirikiana na mwandishi wa barua hizi."

"Yaani akatufanyia haya licha ya mapenzi na ushirikiano ambao tumejitahidi kudumisha? Kamwe sijamwona akifanya kitendo cha uhasidi kwa mtu yeyote sembuse mimi shoga yake!"

"Nimekwambia kuwa wapo binadamu walio kama popo."

"Basi tusipate dhambi kwa kumshuku na kumsengenya mwenzetu. Nakumbuka nilipokubali kuvaa baibui, ulisema kuwa utafanya uchunguzi, nami nikakuhimiza ufanye uchunguzi, sasa umepata mahali pazuri pa kuanzia. Anza uchunguzi na mimi nitakusaidia, bila shaka na Ikibaruta atatusaidia."

Munana aliinama, akaangalia sakafu; akainua uso wake, akaangalia dari; akageuza kichwa kulia, akaangalia jinsi mishale ya saa kubwa ya ukutani ilivyokuwa inatembea; akageuza kichwa kushoto, akaangalia picha yao ya harusi; akamwangalia Kayitesi usoni, akaona jinsi macho yake yalivyokuwa yanacheza katika dimbwi la machozi; naye akatokwa machozi. Kayitesi alimsogelea, akamkumbatia; walisikia jinsi mioyo yao ilivyokuwa inadunda kama ngoma.

Munana alielekea kwenye kabati, akaleta zile barua, akaziweka mezani, akaanza kuzichunguza kama mtaalamu wa maabara anavyolenga jicho kwenye darubini akichunguza bakteria; kisha akasema, "Kumradhi mke wangu, ninashuku kuwa kuna njama; kwa jinsi nionavyo barua hizi, naona kuwa zote zina mwandiko wa mtu mmoja. Bila shaka Ikibaruta anamfahamu mwandishi wa barua hizi; ni vizuri tumsubiri akija kula cha mchana tuzungumze naye."

Siku hiyo, Ikibaruta hakufika nyumbani kwao; walidhani kuwa alikuwa na kazi nyingi, hivyo walimwekea chakula; lakini hakufika pale nyumbani siku nzima. Walijaribu kuwasiliana naye kwa simu yake ya mkononi, wakakuta imezimwa. Walituma ujumbe mfupi, Ikibaruta hakujibu.

Siku ya nne, Kayitesi alimwomba mumewe mchana apitie kazini kwa Ikibaruta aangalie kama alikuwa salama; Munana alipofika kazini, aliambiwa kuwa ilikuwa siku ya nne Ikibaruta hajafika kazini.

Munana alipomjulisha mkewe habari hizo kwa simu; walipatwa na wasiwasi; Kayitesi alisema, "Huenda Ikibaruta ni mgonjwa, ni bora ufike kwake ukaulizie."

Munana alikataa, akasema, "Ni vizuri twende pamoja jioni."

Walipofika nyumbani kwa Ikibaruta, mtumishi wake, ambaye alifahamiana na Kayitesi tangu akiishi kwenye nyumba hiyo, aliwaambia kuwa alikuwa hajamshuhudia Ikibaruta pale nyumbani kwa siku nne na kama kawaida chumba chake kilikuwa kimefungwa.

Kayitesi alimuuliza, "Inakuwaje unaishi na mtu nyumba moja, unamaliza siku nne hujamwona, unaona ni kawaida?"

Mtumishi akamjibu, "Tafadhali usijitie hamnazo, hivi umesahau tabia za shoga yako? Mimi sijashangaa kwa kuwa shoga yako amekuwa na tabia hiyo tangu niajiriwe hapa ingawa siku hizi amepunguza kidogo."

Kayitesi alijaribu kufungua mlango wa chumba; akakuta umefungwa. Kwa kuwa ulikuwa mlango wa kitasa; ilikuwa haiwezekani kujua kama umefungwa kwa ndani au nje.

Kayitesi alimwomba Munana avunje mlango, Munana akakataa, akasema, "Ulikwishahama katika nyumba hii, uamuzi wa kuvunja mlango utatolewa na mwenye nyumba tu, siyo wewe."

Mwenye nyumba alikubali mlango uvunjwe lakini kwa sharti kuwa viongozi wa eneo hilo washuhudie.

Munana alivunja mlango huo kwa mtarimbo; walipoingia ndani, walikaribishwa na uvundo na utitiri wa nzi. Taa ilipowashwa, wote walijiona wameziba pua na midomo kwa viganja vyao huku wakipigana na nzi ambao walikuwa kama kwamba wamekasirishwa na kuvurugiwa uhondo. Hakuna aliyekuwa anasema wala kukohoa; walikuwa wamepigwa na butwaa; walikuwa wanalia.

Mwenye nyumba alitoa taarifa kwenye kituo cha polisi. Alipoona hali ya chumbani, Sajini Kagwene aliyeongoza polisi wawili kufanya upelelezi, alitingisha kichwa, akawambia wenziye kwa kimombo, "*suspected suicide.*"

Mmoja wao akajibu, "Ni sawa na lile tukio la kujinyonga tuliloona mwaka jana."

Sajini Kagwene akawaambia, "Kutokana na uzoefu wangu katika kazi hii, hakuna tashwishi kuwa Ikibaruta amejiua kwa kukosa hewa ya oksijeni."

Aliwaonesha majiko ya mkaa mawili ambayo yalikuwa na jivu, akasema, "Mnaona kuwa majiko haya hayakutelekwa chungu; ni dhahiri kuwa yaliwekwa hapa ili moto wa mkaa uunguze hewa ya oksijeni humu chumbani."

Akawaonesha kuwa matundu yote ya kuingiza hewa chumbani yalikuwa yamezibwa; hata nyufa za kwenye mlango na madirisha pia zilikuwa zimezibwa. "Bila shaka mwenzenu amejiua kwa kukosa hewa ya oksijeni."

Pembeni mwa kitanda kuliwa na stuli ambayo ilikuwa na bakuli ambalo lilikuwa na vipuli, bahasha tatu zilizopakiwa noti za fedha za kigeni, vitambulisho vya benki na vitambulisho vya gari. Chini ya bakuli kulikuwa na barua iliyokuwa na majina: 'Bwana na Bibi Munana.'

Sajini Kagwene alisoma hiyo barua; kabla hajaihifadhi kama mojawapo ya vizibiti katika upelelezi wao, aliwapa nao wasome; Munana akaisoma kwa sauti:

Wapendwa, Kayitesi na Munana,

Sina budi kuwapa pole kwa msiba wangu na kuwaomba msamaha kwa mtafaruku niliosababisha katika ndoa yenu. Pia ninawapa pongezi kwa kuwa mzizi wa fitina umeng'oka.

Nimefanya kitendo hiki kwa kuchelea kuumbuliwa, pia kwa kuwa dunia ilikuwa imeniwia chungu; nimekuwa nikijiona kama kokwa baada ya utamu wa tunda kumalizika au gunzi baada ya kupukuchua mahindi. Nimekufa nikiwa na majuto kwa kuwa nilitumia vibaya tunu niliyotunukiwa na Mwenyezi Mungu. Ninajuta kuwa nimetambua nimechelewa ukweli wa usemi wa wahenga, "Tamaa mbele mauti nyuma."

Wivu ulinifanya ni hujumu sherehe ya kuadhimisha mwaka mmoja wa ndoa yenu; sikuishia hapo, kwani mimi ndiye nilikuwa mwandishi wa barua ambazo zimeleta mfarakano mkubwa baina yenu. Kama wasemavyo wahenga, siku za mwizi ni arobaini; hatimaye nimenaswa.

Shoga yangu Kayitesi, nakusihi uwatunze wazazi wangu; hela zilizo kwenye akaunti yangu na mafao yangu ya kazini, wapewe wazazi wangu. Nimekurithia vipuli; mumeo nimemrithia fedha za kigeni.

Naomba gari langu liuzwe na fedha apewe huyo mtumishi wa nyumbani ambaye alikuwa mwaminifu tena mlezi wangu, pia nimemrithia vifaa vyote vya ndani.

Ni matumaini yangu kuwa sasa mtaishi salama salimini.

Sura ya Tatu
Rafiki Maluuni

Miezi sita baada ya Minani kufunga pingu za maisha na Mupfasoni katika Kijiji cha Bugendana, ilibidi wahamie Bujumbura kwa kuwa Minani, ambaye alikuwa mkaguzi wa elimu wilayani, alikuwa amepata kazi yenye mshahara mnono na marupurupu mengi katika Wizara ya Mambo ya Kale. Mupfasoni, ambaye alikuwa mwalimu wa shule ya msingi, alijaribu kuomba uhamisho ili afuatane na mumewe lakini ikawa vigumu kwa kuwa shule zote za mjini Bujumbura hazikuwa na nafasi. Kihistoria, shule za msingi za Bujumbura zilikuwa na walimu wengi wa kike ambao walikuwa hawawezi kupewa uhamisho kwa kuwa ilikuwa haiwezekani kuwatenganisha na waume zao kwa kuwa walifanya kazi ambazo zilikuwa hazitoi uhamisho kutoka Bujumbura kama vile viwandani, mahotelini na hata serikali kuu.

Alipoona juhudi za kuomba uhamisho zinagonga ukuta, Mupfasoni aliamua kuomba likizo bila malipo; akajiunga na mumewe akiwa na matumaini kuwa hatimaye atapata shule ya kufundisha.

Minani na Mupfasoni walikereka kwa kuwa ndoa yao ilikwenda kinyume na matarajio yao kwani walipooana, walikuwa na dhamira ya kusaidiana kimaisha. Minani hakupanga kuoa mke wa kukaa nyumbani na Mupfasoni hakupanga kuwa mke wa nyumbani. Katika kutafuta suluhisho la tatizo ambalo halikuwa na suluhu ya karibuni, walikubaliana kuwa Mupfasoni abadilishe kazi; Minani aliomba mkopo benki, akamgharamia mkewe kujiunga na chuo cha uhasibu. Baada ya kufuzu uhasibu, Mupfasoni alipata kazi katika kiwanda cha vigae cha mjini Bujumbura.

Kitambo kidogo baada ya Mupfasoni kuanza kuvuna matunda ya uhasibu, zilizuka changamoto mbili katika ndoa yao. Wakati Mupfasoni alikuwa na mimba changa, Minani aliteuliwa kwenda Ubeligiji kwa mafunzo ya miaka mitatu ya kuongeza ujuzi. Ujauzito ulikuwa umemsababishia Mupfasoni kuwa na kichefuchefu na kizunguzungu; pia alikuwa anapenda kutafuna udongo wa pemba na kunusa harufu ya kwapani ya mumewe. Minani alikabiliana na changomoto ya ujauzito wa mkewe kwa kumsaidia kazi nyumbani, kumpangusa au kumwekea chombo cha kutapikia. Pia muda mwingi alikaa karibu yake akiwa kifua wazi na ameinua mikono yake ili mkewe apate harufu yake ya kwapani.

Minani aliomba aandamane na mkewe lakini hakukubaliwa kutokana na sheria za serikali ya Burundi pia na sheria za uhamiaji za Ubelgiji. Alitaka kuvunja safari hiyo lakini madaktari wakamtuliza hofu kwa kumwambia kuwa matatizo ya mkewe yanatokana na kuwa mimba yake ilikuwa ingali changa; walimthibitishia kuwa aghalabu matatizo ya mimba changa humalizika baada ya miezi mitatu. Alikubali kumwacha mkewe kwa shingo upande.

Katika kujiandaa na safari hiyo, walizungumzia na kutafakari mustakabali wa utengano ambao walipaswa kukabiliana nao. Pamoja na kuamini kuwa matatizo ya ujauzito wa Mupfasoni yatamalizika au kupungua baada ya miezi mitatu, wote walikubaliana kuwa walikuwa wanakabiliwa na mtihani mkubwa wakutengana kwa miaka mitatu. Mupfasoni alimwambia mumewe, "Ukishavulia nguo maji hauna budi uyaoge, na sisi hatuna budi kukabiliana na utengano kiutu uzima. Itabidi tuwe makini na waaminifu kwa ndoa yetu kama tulivyoahidiana tukiwa kwenye madhabahu ya kanisa letu wakati tukifunga pingu za maisha. Binafsi nitakabiliana na matatizo yatakayojiri; ambayo nitaweza kutatua, nitayatatua; ambayo yatanishinda, basi nitakuarifu."

Minani akamjibu, "Ninasikia kuwa Ulaya kuna vishawishi vya kila namna; nafahamu watu walioselelea huko; lakini mimi ni tofauti, ninakuacha mpenzi wangu kwa kuwa sina namna nyingine."

"Unajua jingine linalonikanganya…."

"Ni lipi?"

"Sielewe jinsi nitakavyojifungua kifungua mimba wetu na hali mwenzangu haupo; sielewi jinsi mwanetu atakuwa na zaidi ya miaka miwili hajapata mapenzi ya baba yake…."

"Itabidi tuvumilie, tena siku hizi dunia imekuwa ndogo kutokana na mawasiliano; naamini kuwa tutamudu na tutafanikiwa."

"Na hili tatizo la harufu ya kwapa lako tutalitatuaje? Udongo wa pemba, ukwaju na maembe mabichi nitanunua sokoni, harufu yako ya kwapani nitainunua wapi?"

"Ha ha ha, tutatafuta jinsi ya kufanya."

Walikubaliana kuwa kabla ya kuondoka, Minani awe anakimbia ameweka leso kwapani, zikisharowa jasho, azianike, kisha azihifadhi. Waliamini kuwa leso hizo zitamsaidia Mupfasoni katika wiki za kwanza mumewe akiwa Ubelgiji; akishazoea, atakuwa anamtumia leso zenye jasho lake kila wiki.

Kabla kuelekea uwanja wa ndege, ndugu na marafiki wa karibu walijumuika nyumbani kwao kwa maombi; baada ya maombi, Minani alimtambulisha Luteni Nduwimana, rafiki yake tangu utotoni, ambaye alikuwa mkuu wa kituo cha polisi cha Buyenzi, kuwa ndiye atakuwa mwakilishi wake katika shughuli muhimu za nyumbani ambazo yeye angefanya.

Minani alisema, "Sikumteua Nduwimana kwa sababu ni mkuu wa polisi wa mahala tunapoishi, bali ni kutokana na kuwa ni swahibu yangu tangu utotoni mpaka leo. Tulikuwa pete na kidole tangu kijijini Bugendana na hata katika shule za msingi na sekondari tulizopitia. Tulikuwa wachezaji maarufu wa timu ya kabumbu ya kijijini kwetu ya *Bugendana Stars;* mimi nilikuwa mshambuliaji na Nduwimana alikuwa mlinzi. Tulitengana nilipojiunga na chuo cha ualimu na Nduwimana akajiunga na chuo cha polisi…"

Nduwimana akaingilia, "Mbona umesahau kusema kuwa nilikuwa mpambe katika harusi yako na Mupfasoni na wewe ulikuwa mpambe katika harusi yangu na Kanyana."

"Nashukuru kunikumbusha."

Mupfasoni na Kanyana walijikuta wanakuwa mashoga kutokana na uswahibu wa waume zao.

Nduwimana na Kanyana walisikitishwa na jinsi Mupfasoni alivyoathiriwa na upweke akiwa na mimba changa; waliamua kumsaidia kwa hali na mali. Kuna wakati Nduwimana alifuatana na Kanyana kumwona na kuna siku Kanyana alikwenda kushinda kwao au Mupfasoni kushinda kwao. Kuna wakati Kanyana alimtayarishia chakula alichotaka; kuna wakati alipitia kwenye soko la Buyenzi akamnunulia udongo wa pemba, ukwaju au maembe mabichi. Aghalabu wakati wa wikiendi Mupfasoni alikwenda kwao, akarudi kwake siku ya Jumapili jioni kujiandaa kwa kazi siku ya Jumatatu.

Nduwimana alimfanyia mpango wa kupata huduma katika kliniki ya hospitali ya jeshi ambayo pia ilihudumia polisi. Mimba ya Mupfasoni ilizidi kumsabishia maumivu mpaka ikabidi alazwe katika hospitali hiyo. Licha ya huduma nzuri alizopata hapo hospitalini, mimba hiyo ilitoka.

Madaktari walimwambia kuwa iliwezekana kuwa mimba yake ilitoka kutokana na uchovu ambao inawezekana kuwa ulisababishwa na mawazo na kutopata usingizi wa kutosha. Walimuonya kuwa ikiwa ataendelea kuwa na wasiwasi na kukosa usingizi atapata madhara mengine ya afya. Alipewa madawa ya usingizi lakini akaonywa kuwa akiyazoea, yangeweza kumsababishia madhara mpaka akawa hawezi kupata hata lepe la usingizi bila kuyatumia.

Juhudi za Mupfasoni za kupata usingizi hazikufua dafu kutokana na mawazo ya mumewe. Alipokuwa jikoni akipika, alimkumbuka Minani akiwa karibu yake akimsaidia kukata vitunguu au nyanya; alipotembea njiani, alikumbuka jinsi walivyoshikana mikono wakitembea; alipokuwa bafuni akioga, alikumbuka jinsi Minani alivyompaka sabuni; alipojipaka mafuta, alikumbuka jinsi Minani alivyokuwa anampaka mafuta mgongoni; alipopiga pasi, alikumbuka jinsi Minani alivyokuwa akimpigia pasi nguo zake; alipolala, alimkumbuka Minani akimpapasa na kumkumbatia; alipoamka asubuhi, alikumbuka jinsi Minani alivyomtakia heri.

Alijitahidi kukabiliana na hali hiyo kwa kuweka picha ya Minani kwenye simu yake ya mkononi; alirekodi sauti ya Minani, ikawa ndio mlio wa simu yake; simu yake ilipoita, badala ya mlio wa kawaida wa simu, ilisikika sauti ya Minani ikisema, "Hujambo mpenzi." Kwenye mtandao wake wa Facebook na WhatsApp pia aliweka picha ya Minani.

Mupfasoni alikwenda kwenye karakana ya kutengeneza funguo akawekewa bango lenye picha ya Minani kwenye funguo zake; kwenye meza yake ya ofisini, aliweka picha ya Minani mbele yake. Alikwenda kwa sonara akatengenezesha kidani kilichoandikwa Minani, akawekewa kwenye mkufu wake; pia alitengenezesha pete iliyoandikwa Minani. Ili kupata usingizi, alikumbatia doli ambalo alinunua baada ya Minani kuondoka na alinusa nguo ya ndani ya Minani ambayo alimtumia bila kufuliwa.

Pamoja na hayo, hali ya kukosa usingizi iliendelea kumsumbua. Nduwimana naye alijaribu kuchangia katika kumsaidia shemeji yake kupambana na upweke. Kuna wakati alifika hapo nyumbani jioni kuzungumza naye; wakati mwingine alileta mikanda ya video wakaangalia pamoja. Kuna wakati alileta mvinyo lakini akawa anakunywa peke yake kwa kuwa Mupfasoni alikuwa hanywi pombe.

Ingawa hakunywa pombe, Mupfasoni aligundua kuwa kila mara Nduwimana alipoangalia video akinywa mvinyo, alipitiwa na usingizi akiwa amekaa kwenye kochi, kuna hata wakati alikoroma.

Siku moja Mupfasoni alimuuliza, "Shemeji ninakuonea gere kwa jinsi unakuwa na usingizi mwingi mpaka unasinzia kwenye kochi wakati mimi hata nikiwa kitandani ninapata usingizi wa mang'amng'am na majinamizi. Je? ukifika kitandani pia unapata usingizi?"

"Ha ha ha, tena ninasinzia fofofo."

"Ninatamani nipate bahati kama hiyo."

"Siri ya kupitiwa usingizi kwenye kochi ni ndogo."

"Unasema ni ndogo na hali unajua jinsi ninavyohangaika wala hujaniambia, kumbe hunipendi?"

"Siri yake ni huu mvinyo, ndio unanitia nishai, nadhani umekwishaona kuwa nikisha kunywa glasi moja, ndipo huanza kupitiwa na usingizi. Je? nikupe ujaribu."

Mupfasoni alipokea glasi akanywa, lakini hakuendelea, alisema, "Harufu yake ni nzuri lakini sikupenda ladha yake, ni chungu."

Nduwimana akasema, "Ladha si tatizo kwani kuna hata mvinyo mtamu ambao una ladha ya sukari, nitakuletea kesho."

Usiku uliofuata, Nduwimana alikwenda kwa Mupfasoni akiwa na chupa ya mvinyo mtamu; Mupfasoni alipoonja, alipenda ladha yake. Usiku huo walikula pamoja na kuangalia video huku wakiburudika kwa mvinyo; Mupfasoni alipopanda kitandani, alilala kama gogo.

Tangu siku hiyo, Mupfasoni aliona kuwa amepata dawa ya usingizi; siku alipojisikia vibaya alimpigia simu Nduwimana akimwomba kuwa akienda kwake jioni amplekee chupa ya mvinyo mtamu.

Mupfasoni alizoea kunywa mvinyo kabla ya kulala na Nduwimana alimzoeza kukaa naye mpaka usiku wa manane.

Mwenendo huo haukufurahisha majirani; kuna wazee waliomshauri Mupfasoni apunguze uhusiano wa karibu na Nduwimana kwa kumkumbusha kuwa ibilisi wa mtu ni mtu. Mupfasoni alipuuza ushauri huo kwa kusema, "Hata mume wangu anajua kuwa Nduwimana anakuja hapa na mke wake pia anajua kuwa mumewe anakuja hapa."

Mambo yaliendelea kuwa hivyo mpaka Minani alipotoka Ubelgiji. Siku alipowasili, ilikuwa ni sherehe Buyenzi; majirani walimkaribisha na kumpongeza kwa kumaliza masomo na kurejea salama. Naye aliwafurahisha kwa kutoa oda kwenye Ikaze Baa, iliyokuwa jirani, ikatoa pombe kwa watu waliojitokeza kumpokea.

Miongoni mwa watu hao, alikuwa Kamana, ambaye alikuwa mlinzi wa usiku wa baa hiyo ambayo ilikuwa mkabala na nyumba ya Minani. Kamana alimwomba waende faragha kwa kuwa alikuwa na jambo la siri ambalo alitaka kumdokezea.

Alianza kwa kujitambulisha, "Jina langu ni Kamana, ninafanya kazi ya ulinzi wa usiku kwenye Ikaze Baa, ambayo inakabiliana na kwako. Ninafahamu kuwa hunijui kwa kuwa hata kabla hujaenda Ulaya, tulikuwa tukikutana njiani lakini kila nilipokusalimia uliniitika kama mtu ambaye hanifahamu; kama sikukusalimia, basi na wewe hukujali." Alinyamaza kidogo huku akinywa pombe.

Akaendelea kusema, "Pamoja na hayo, ninakujulisha kuwa mimi nakufahamu kwa kuwa licha ya kuwa ni mlinzi wa usiku wa baa hii ambayo ni jirani yako, pia tulikuwa pamoja katika shule ya msingi ya Bugendana. Nakumbuka kuwa ulikuwa madarasa mawili mbele yangu na ulikuwa kiranja mkuu wa shule yetu. Manshallah, mwenzangu uliendelea na elimu; mimi niliambulia elimu ya shule ya msingi, nikaishia kwenye kazi ya ulinzi."

Minani alimsogelea, akamkumbatia, akasema, "Nashukuru sana kwa kujitambulisha na samahani kwa kukupuuza, ukweli ni kwamba nilikuwa sikujui."

Kamana akajibu, "Usijali ndio kilimwengu; kama nilivyokwambia, nimekuwa mlinzi wa usiku wa baa hii kwa miaka kadhaa; kutokana na kuwa baa inakabiliana na nyumba yako, kichwa changu ni kama kamera inayonasa kila kinachofanyika mbele ya nyumba yako. Kwa hiyo, ulipokuwa Ulaya, niliona mambo yaliokuwa yanatendeka usiku ambayo yalinitia wasiwasi; niliyaweka moyoni nikidhamiria kuwa nitakujulisha ili ukae chonjo."

Minani akauliza, "Kama yapi?"

Kamana akamjibu kwa kumuuliza, "Huyu Nduwimana mnahusianaje?"

"Ni rafiki yangu tangu utotoni, tunatoka kitongoji kimoja, tulicheza kabumbu pamoja, tulikuwa darasa moja na tuliendelea kuwa marafiki hata baada ya kuwa watu wazima. Nilipokwenda Ulaya, yeye ndiye nilimwacha kama mdhamini na mwakilishi wangu hapo nyumbani."

Kamana akasema, "Yote hayo ninayafahamu kwa kuwa nimekwambia kuwa hata mimi ninatoka kitongoji cha Bugendana, tena tulikuwa pamoja katika shule ya msingi ya Bugendana ingawa nyinyi mlikuwa mbele yangu na mkajaliwa kuendelea na masomo, mkapata kazi nzuri, mimi nikaishia kuwa lofa, sina be wala che; maisha yangu ni kama ya bundi, usiku mnapokwenda kulala, mimi ninaamka, Asubuhi mnapoamka, mimi ninakwenda kulala."

"Si makosa yako; mpaji ni Mungu." Minani alisema.

"Lakini ninachouliza ni kama ulimwacha Nduwimana awe mwakilishi wako hata katika ndoa yako."

"Nakumbuka nilijulishwa jinsi yeye na mke wake walivyomsaidia mke wangu kukabiliana na upweke; walimuuguza na kumhudumia alipolazwa hospitali; kwa ufupi ni kwamba tulikuwa na mawasiliano."

Kamana akasema, "Sitaki kuingilia uhusiano wenu, ila ninachotaka kukwambia ni kuwa katika ulinzi wangu wa usiku, niliona mambo ambayo haujataja."

"Kama yapi?"

"Niliona mara kadhaa Nduwimana akija nyumbani kwako usiku wa manane amemkumbatia mkeo au amemshikilia mkono akiyumbayumba na kusemasema kama mtu aliyelewa. Nina uhakika kuwa alikuwa amelewa chakari; kuna hata siku niliwaona wakinyonyana ndimi; tena walipoingia ndani, rafiki yako alitoka nje baada ya muda mrefu. Ila siwezi kuzua kuwa kuna siku alilala hapo."

"Uliyaona hayo?"

"Msemakweli ni mpenzi wa Mungu; niliyaona kwa macho yangu."

"Lakini mbona mke wangu hanywi pombe?"

"Sina ugomvi na mkeo wala rafiki yako; hawanijui kama wewe ulivyokuwa hunijui; ninaamini kuwa hawajui kama kuna kiumbe anafahamu mwenendo wao huo." Alisema Kamana.

Minani alipojuzwa habari hizo, alitahayari; mashamsham ya kurejea nyumbani yalizimika ghafla kama moto uliomwagiwa maji; Mupfasoni aliona kuwa hali ya mumewe ilikuwa imebadilika ghafla, alimsogelea, akamuuliza, "Imekuwaje mume wangu mbona bashasha ulizokuwa nazo zimepotea ghafla?"

Minani alijibu, "Nimejuzwa mambo ambayo yameninyima raha, yameninyong'oneza. Mpenzi ninaahidi kuwa nitakusamehe ikiwa utaniambia ukweli kwani sote ni binadamu, hata mimi siwezi kujitapa kuwa ni mkamilifu."

"Ni maneno gani hayo mume wangu?"

"Kuna msamaria mwema ambaye ameniambia vituko ulivyofanya na rafiki yangu Nduwimana."

"Vituko?"

"Ndio."

"Vituko kama vipi?"

"Hakuna haja ya kujitia hamnazo na hali ni wewe ndiye ulivifanya; hata aliyeniambia, amesema kuwa kuna mambo anashuku tu; lakini pia alishuhudia vitendo ambavyo sitaki kusema."

Badala ya kujibu, Mupfasoni alianza kulia huku akisema, "Kumbe mume wangu huniamini, wala humwamini rafiki yako?" Alinyamaza kidogo.

Akaendelea kuuliza kwa hasira, "Huyo domokaya, ambaye analeta umbeya, mbona hakujitokeza kunisaidia wakati nilipokuwa na matatizo yaliyosababishwa na upweke wako?" Alinyamaza kidogo huku akipangusa machozi kwa leso.

"Je huyo kizabizabina hakuona jinsi mkewe Nduwimana alikuwa karibu yangu hata kuliko mumewe? Umesahau kuwa mimba ya kifungua mimba wetu ilitoka? Nani alinihudumia? Mume wangu, inasikitisha kuwa unanichoma mkuki moyoni siku yetu ya furaha; siku ambayo mimi nilidhani kuwa ndiyo mwisho wa mateso niliovumilia kwa miaka mitatu; kumbuka kuwa walimwengu si watu wema." Mupfasoni alishindwa kuendelea kusema kwa kilio.

Minani alimkumbatia, akasema, "Samahani mpenzi wangu, sikuwa na dhamira ya kukuumiza kiasi hicho, lakini ni lazima na wewe ukubaliane nami kuwa nisingeweza kunyamaza baada ya kusikia maneno kama hayo. Hata kama na wewe ungeambiwa visa nilivyofanya Ubelgiji, ninaamini kuwa ungeumia na ungekuwa na haki ya kuniuliza. Samahani, wala usimwambie Nduwimana habari hizi."

Tangu siku hiyo, Minani alimchukia Kamana; alipomsalimia, Minani aliitikia kwa dharau au alijifanya kuwa hakumsikia. Kuna wakati aliitikia maamkuzi ya Kamana, kisha akatema mate chini kwa chuki.

Familia hizo ziliendelea kukaribiana; walitembeleana na kukaribishana katika shughuli mbalimbali; halikadhalika Nduwimana na Mupfasoni hawakutupana kimoyo na kimawazo. Walipoamkiana kwa kupeana mikono, walitekenyana kwenye viganja kwa vidole vyao vya shahada; kuna wakati waliwasiliana kwa kukanyagana miguu wakiwa mezani wanakula; kuna wakati Nduwimana alimkonyeza Mupfasoni, naye akamjibu kwa tabasamu ya chati.

Kwa kuwa Nduwimana alifahamu ratiba ya kazi ya Mupfasoni, alipenda kuvizia wakati amemaliza kazi, akampigia simu kwa kutumia simu ambayo haikuonesha namba. Katika mazungumzo yao, siku moja Nduwimana alimwambia jinsi alivyokuwa na hamu ya kuonana naye; Mupfasoni akamjibu, "Hata mimi nimekuwa nikiwaza jambo hilo lakini ni vigumu; huwa ninaishia kupiga nacha ya mambo tuliofanya. Natamani ule mvinyo, lakini kuna mbwa wakali wanatuchunga."

Nduwimana akasema, "Lakini usisahau kuwa penye nia pana njia, tunaweza kukutana kwa siri tena kwa salama lakini lazima iwe nje ya mji wa Bujumbura.

"Kama wapi?"

"Burundi ina mahala pengi penye mandhari ya kuvutia na kuburudisha ambako tunaweza kwenda kwa siku moja au mbili."

"Lakini nimekwambia kuwa mimi na wewe tunachungwa."

"Kwanza wewe nikubalie, kazi iliyobaki niachie mimi."

"Nitakubali kwa sharti kuwa siponzi ndoa yangu."

"Kumbuka kuwa na mimi nina ndoa, pia nami sitaki kuiponza."

"Haya niambie tutakavyofanya."

Nduwimana akasema, "Safari iliopita nilipokuwa nyumbani kwenu na mke wangu, mlipotuonesha vifaa vya muziki ambavyo Minani alileta kutoka Ubelgiji, nilijitia hamnazo kwa kuwa sikuwa nyumbani kwenu kama polisi bali kama rafiki; lakini kisheria ningeweza kumkamata rafiki yangu kwa kosa la kuingiza mali nchini kimagendo. Basi ninaweza kutumia kisingizio hicho ili tupate namna ya kumdhibiti bila kumdhuru kwa muda wa siku moja au mbili."

"Lakini sitaki kuhatarisha maisha ya mume wangu."

"Lakini kumbuka kuwa mume wako ni rafiki yangu pia; kamwe siwezi kuhatarisha maisha ya rafiki yangu. Nitakachofanya, ni kwamba siku ya Jumamosi asubuhi nitatuma askari nyumbani kwenu wakiwa na hati ya upekuzi, watafanya upekuzi wa vifaa ambavyo viliingizwa nchini kimagendo, yaani bila kulipiwa ushuru. Kwa kuwa itakuwa wikiendi, inamaanisha kuwa suala lake litaletwa mbele yangu siku ya Jumatatu. Akishawekwa mahabusu, sisi tutaelekea mahala ambapo nitakwambia; tutarudi siku ya Jumapili. Baada ya kurejea, nitatoa amri ya kumtoa mahabusu na vifaa vyenu mtarudushiwa."

Haikuwa rahisi kwa Mupfasoni kuchukua uamuzi; baada ya simu nyingi za kumrubuni, hatimaye aliunga mkono njama hiyo.

Siku ya Jumamosi asubuhi, Minani na Mupfasoni waligongewa mlango na polisi wawili; baada ya kujitambulisha, mmoja wao alisema, "Tuna wasiwasi na nyumba yenu, tunashuku kuwa kuna mali ambayo wewe Minani uliingiza nchini toka Ubelgiji bila kulipia ushuru wa forodha. Kama unakubali tuoneshe, kama hukubali, tuna haki ya kupekua nyumba yako."

Minani hakutaka ubishi, alisema, "Ni kweli kwamba nina vyombo vya muziki ambavyo nilinunua Ubelgiji wakati nikiwa masomoni. Ninakiri kuwa sikuvilipia ushuru kwa sababu niliamini kuwa havikuwa vifaa vya biashara na nilikuwa na haki baada ya kuwa nje kwa miaka mitatu. Lakini kama ni hoja ya ushuru, niko tayari kulipia ushuru."

Polisi mmoja akajibu, "Hayo yatatatuliwa na viongozi wetu, kwa sasa tunakupeleka kituoni na mali yako itashikiliwa na polisi."

Minani hakuwa na wasiwasi kwa kuwa mkuu wa kituo cha polisi cha Buyenzi, alikuwa rafiki yake.

Alipoangalia orodha ya watu waliowekwa mahabusu, Nduwimana; aliamuru askari amlete Minani mbele yake, akamwambia, "Ningeweza kutoa amri ya kukupa dhamana, lakini leo ni vigumu kwa kuwa ni wikiendi; itabidi suala lako lishughulikiwe siku ya Jumatatu, ila nitawaagiza askari wangu wakutunze kama mboni ya jicho. Ninakuhakikishia kuwa nitafanya niwezavyo ili siku ya Jumatatu asubuhi suala hili limalizike."

Mtego wa Nduwimana ulikuwa umenasa; mchana huo walielekea Nyanza Lac, mji maarufu kwa mandhari, ambao uko kando ya Ziwa Tanganyika. Nduwimana alikuwa ameshika chumba katika Nyanza Lac Hotel ambayo iko kwenye ufukwe wa ziwa hilo; aliagiza atengewe chumba ambacho kilikuwa kinakabiliana na ziwa.

Tangu walipoingia chumba namba 99 ambacho kilikuwa orofa ya pili; hawakutoka nje mpaka siku ya Jumapili mchana walipoondoka kurejea Bujumbura. Waliagiza waletewe chakula na vinywaji chumbani mwao au kwenye kibaraza cha chumba hicho ambako walikaa wakipunga hewa na kuangalia viboko wakipiga mbizi na kuibuka na wavuvi wakitarazaki kwa kupiga makasia wakivua samaki na dagaa.

Walivutiwa na mandhari ya usiku ya Ziwa Tanganyika ambalo liligeuka kama mji kutokana na mataa yaliyowaka ziwani. Mupfasoni alishangazwa na wingi wa mataa hayo, akasema, "Hata nikiwa Bujumbura huwa ninaona mataa yanawaka ziwani lakini hapa ni utitiri."

Nduwimana akamjibu, "Ni kutokana na kuwa wenyeji wengi wa maeneo haya wanaishi kwa uvuvi wa dagaa. Hayo mataa yanaowaka, ni makarabai ambayo yamefungwa nyuma ya mitumbwi; mwanga wa makarabai unavuta dagaa; ndio sababu uvuvi wa dagaa hufanyika usiku."

"Alaa."

Walibahatika kuona viboko wakivinjari kwenye ufukwe wa ziwa na katika bustani ya hoteli hiyo. Alipoona jinsi viboko walikuwa wanarandaranda karibu yao, Mupfasoni alisema, "Kumbe viboko si tishio kwa binadamu."

Nduwimana akajibu, "Kwa kawaida, viboko hudhuru binadamu wakichokozwa na wanakuwa wakali wanapolinda watoto wao."

"Alaa."

Akaendelea kusema, "Yamkini viboko wana randaranda hapa kutokana na njaa kwa kuwa maeneo ya malisho yao yanazidi kupungua. Kwa mfano, hoteli hii imejengwa kwenye eneo ambalo zamani lilikuwa eneo la malisho yao. Kwahiyo kupanuka kwa ujenzi kwenye fukwe za Ziwa Tanganyika ni tishio kwa maisha ya wanyama hawa waishio majini na kulisha nchi kavu."

"Alaa."

Walipofunga safari ya kurejea Bujumbura, Mupfasoni alisema, "Ni bahati mbaya hatuna la kufanya lakini ilistahili tuongeze angalau siku moja."

"Hata mimi ndivyo nionavyo, lakini kesho ni kazi na tuna mwenzetu ambaye yuko mahala pasipofurahisha."

"Ingalikuwa siyo safari ya kujiiba, ningalimnunulia zawadi mume wangu."

"Mimi ningalinunua samaki, kwani bei ya samaki hapa iko chini."

Siku ya Jumatatu asubuhi, Nduwimana aliitisha jalada la Minani; akasoma maelezo, kisha akaamuru atolewe mahabusu. Alipofikishwa mbele yake, aliamuru avuliwe pingu, akasema, "Pole kwa yaliokupata; nimeamuru upelelezi dhidi yako ufutwe kwa kuwa vitu vilivyokutwa kwako ni vifaa vya nyumbani ambavyo kisheria uliruhisiwa kuviingiza nchini bila kulipia ushuru. Ila nakuonya, tafadhali sana jihadhari na majirani zako, mmoja wao ndiye alikuja kituoni kudokeza kuhusu vifaa hivyo."

Mupfasoni ambaye alikuwa hapo, alimuunga mkono kwa kusema, "Ni kweli shemeji yangu, majirani zetu ni wabaya, wamekuwa wakituonea kijicho, lakini hali imezidi kuwa mbaya tangu Minani atoke Ubelgiji. "

Alimpagusa mumewe kwa kanga aliyojitandia akisema, "Masikini mahabubu wangu, hajala vizuri au kulala vizuri wala kuoga kwa siku mbili; haya yote yanatokana na majungu ya mahasidi. Pole mume wangu."

Akitoa shukurani zake, Minani alisema, "Nduwimana, kitendo ulichonifanyia kimezidi kunithibitishia kuwa akufaae kwa dhiki ndiye rafiki; tumesaidiana mengi tangu utotoni, lakini leo umenitoa katika mdomo wa mamba. Hakika urafiki wetu umefikia udugu."

Nduwimana akajibu, "Kufa ni kufaana, leo ni mimi kesho ni wewe; kuishi kwa kusaidiana ndio kilimwengu; nimekusaidia kwa hili na wewe hutakosa kunisaidia siku moja."

Alipofika nyumbani, Minani alioga, akabadili nguo haraka haraka, akaelekea kazini; hakutaka yaliompata yajulikane.

Baada ya tukio hilo, Minani na Mupfasoni walikubaliana kuwa eneo la Buyenzi halikuwa salama kwao. Minani alipokumbuka maneno aliyoambiwa na Kamana na sasa alikuwa amewekwa mbaroni, aliamini kuwa alikuwa anaonewa inda; alichukua uamuzi wa kuhama.

Baada ya kukubaliana na mkewe kuwa wahame, Minani alimjulisha Nduwimana; naye aliunga mkono uamuzi huo, alisema, "Kama nilivyokwambia, inaonekana kuna mahasidi hawawatakii mema hapo Buyenzi. Ninahisi kuwa mmefanya uamuzi wa busara, sasa ni lazima uchague eneo lenye utulivu, ambalo linalingana na cheo ulicho nacho."

Walipozungumzia suala la nyumba ya kukodisha na mahala pa kuhamia, Mupfasoni alimshauri mumewe wachukue nyumba ya Nduwimana. Alisema, "Nakumbuka kuwa Kanyana aliniambia kuwa ujenzi wa nyumba yao, ambayo iko eneo la Kiriri, ulikwisha kamilika na walikuwa wanatafuta mpangaji. Waonaje tuchukue nyumba yao?"

Minani aliafikiana na wazo la mkewe akasema, "Hilo ni wazo zuri; licha ya kuwa Kiriri ni eneo tulivu, lenye watu maarufu; pia nyumba hiyo itazidi kuunganisha familia zetu."

Mupfasoni akasema, "Pia tutakuwa tumeepukana na umbeya wa Buyenzi."

Kitendo cha kuhamia katika nyumba ya Nduwimana, kilimfungulia Nduwimana njia ya kuonana na Mupfasoni bila kusababisha wasiwasi kwa mumewe. Mbali ya matembezi ya kawaida, Nduwimana alikwenda pale akiwa amefuatana na mafundi kwa ukarabati mdogo mdogo wa nyumba yake.

Siku moja walipopata tatizo la kukosa umeme, Nduwimana aliandamana na fundi umeme kuangalia na kusimamia utengenezaji. Mupfasoni alikubaliana na mumewe kuwa siku hiyo aombe ruhusa kazini ili awe nyumbani wakati tatizo la umeme likitatuliwa.

Nduwimana alitumia fursa hiyo kuua ndege wawili kwa jiwe moja; wakati anasimamia fundi kutengeneza umeme, pia alizungumza na Mupfasoni ana kwa ana. Mupfasoni alikubali hata ombi lake la kupitapita mbele yake amevaa kanga moja.

Walipokumbushana safari ya Nyanza Lac, Mupfasoni alisema, "Kuna wakati huwa ninaota jinsi tulivyoburudika katika safari hiyo."

Nduwimana akamjibu, "Mwenziyo, kuna wakati huwa ninakumbuka safari hiyo nikiwa kazini au nikiendesha gari natamani tukutane tena."

Mupfasoni akasema, "Hata mimi natamani tukutane lakini kuna vikwazo."

Nduwimana akasema, "Lakini vikwazo hivyo vinaweza kurukwa kama tulivyoviruka tulipokwenda Nyanza Lac."

Mupfasoni akasema, "Kamwe siwezi kurudia kumlia njama mume wangu. Unajua kuwa mpaka sasa nikimwangalia usoni, huwa ninajuta kwa ukatili tuliomfanyia. Tunaweza kukutana, lakini abadani siwezi kukubali kumfanyia kitendo kama kile tulichomfanyia tulipokwenda Nyanza Lac.

Nduwimana akajibu, "Hata mimi huwa ninajuta nikikumbuka alivyoletwa mbele yangu amevishwa pingu. Pamoja na hayo, ebu tutafute mbinu ambayo ni salama."

"Sioni mbinu yoyote ambayo ni salama."

"Kuna mbinu salama ambayo tunaweza kufanya; hivi mumeo hajakwambia kuhusu ibada maalum ya siku mbili ambayo atahudhuria katika kanisa lao la Gitega?"

"Ninajua sana, tangu awe mlokole hajakosa kuhudhuria ibada hiyo. Mimi binafsi, ibada hiyo inaniudhi kitu kimoja, ni kwamba wanapokuwa huko, wanakata mawasiliano yote mpaka siku ya mwisho."

"Hiyo ni habari nzuri kwa kuwa tuna uhakika kuwa hawezi kukupigia simu wala kukutafuta kwa siku mbili; waonaje na sisi tupotee kwa siku moja?"

"Naona hilo linawezekana, je tutarudi Nyanza Lac?

"Hapana, safari hii tunaweza kwenda Bugarama; ni mahala tulivu, tena ninaamini kuwa hakuna watu wanaotujua; pia tutaburudika kwa upepo mwororo kutoka msitu asili wa Kibira.

Baada ya Minani kuelekea Gitega, Nduwimana na Mupfasoni walifunga safari wakaelekea Bugarama; walikubaliana kuwa itakuwa safari ya siku moja. Wakiwa njiani, Mupfasoni alisema, "Ninatamani turuke ili tufike haraka, najisikia nina hamu ya mvinyo ambao kwa mara ya mwisho nilikunywa siku ile tulipokuwa Nyanza Lac."

Nduwimana akamjibu, "Usiwe na wasiwasi, kila kitu kimepangwa, tutaburudika kwa upeo wa kuburudika ingawa ni siku moja."

Walipokewa Bugarama Hotel ambako walianza pilikapilika za wapenzi wawili ambao walikuwa hawajaonana kwa muda mrefu.

Siku hiyo moja waliiona kama kufumba na kufumbua; walitamani waendelee kulala lakini ilikuwa haiwezekani kwa kuwa ilibidi warudi Bujumbura. Waliamka wamechelewa; pombe ilikuwa bado iko kichwani; uchovu ulikuwa mwingi na vichwa vilikuwa vinauma; walikuwa na kiu kali kiasi kwamba maji baridi hayakufua dafu. Waliagiza watayarishiwe kiamsha kinywa cha supu yenye pilipili na limau; Nduwimana alizimua kwa bia ya Primus na Mupfasoni akazimua kwa glasi ya mvinyo.

Nduwimana alikuwa na wasiwasi wa kuendesha gari kwa kuwa alijisikia kuwa alikuwa bado ana pombe kichwani lakini Mupfasoni akamshauri ajisimikize aendeshe taratibu ilimradi wafike Bujumbura hata kama itakuwa usiku.

Nduwimana alishika usukani, akaendesha gari taratibu huku usingizi ukimpitiapitia; Mupfasoni naye alikuwa hivyo hivyo. Kuna wakati usingizi ulimzidi nguvu, akasimamisha gari, wakatoka nje, wakapunga upepo kidogo, kisha wakaendelea na safari.

Safari ilikwenda kombo walipofika kwenye mteremko wenye kona nyingi wa Mageyo; usukani ulimponyoka, gari likaingia katikati ya barabara likagongana na lori ambalo lilikuwa linapanda mlima huo.

Gari lao lilibabatana kiasi kwamba wananchi waliofika kutoa msaada walitumia mashoka, nyundo na mitarimbo ili waweze kutoa watu wawili ambalo walionekana kuwa walikuwa hai. Baada ya masaa mawili, walifanikiwa kuwatoa lakini sasa walikuwa hawajitambui; walipelekwa hospitali kuu ya Bugarama.

Ajali hiyo mbaya ilivuma katika vyombo vya habari vya Burundi siku hiyo. Kanyana hakuamini masikio yake aliposikia mwakilishi wa Redio Burundi mjini Bugarama akitaja jina la mumewe na mwanamke ambaye hajafahamika kuwa wamepelekwa katika hospitali ya Bugarama wakiwa mahututi.

Ilikuwa kitendawili kwa Kanyana kwa kuwa mumewe aliaga akisema alikuwa anakwenda kuhudhuria semina ya makamanda wa vituo vya polisi nchini ambayo ilikuwa inafanyika katika mji wa Ngozi ambao uko kaskazini ya Burundi; lakini Redio Burundi ilitangaza kuwa ajali hiyo ilitokea Mageyo ambayo ni uelekeo tofauti.

Tena siku hiyo asubuhi, alikuwa amezungumza na mumewe kwa simu ya mkononi; akaendelea kuwasiliana naye kupitia mtandao wa Whatsapp; alimwambia kuwa semina yao ilikuwa inaendelea vizuri na kwamba atarejea nyumbani siku inayofuata.

Alipopata habari hiyo, alimpigia simu Minani akakuta simu imezimwa; akampigia Mupfasoni, ikawa haijibiwi; akamwachia ujumbe ukisema, "Ukipata ujumbe huu, tafadhali nipigie simu haraka kwani nimesikia kuwa mume wangu amepata ajali mbaya na sasa ni mahututi. Tafadhali nipigie haraka."

Alipokwenda kituo cha polisi cha Buyenzi kuuliza, alikuta Luteni-usu Manirakiza, naibu mkuu wa kituo hicho, anajiandaa kwenda Bugarama kumwona afande wake.

Kanyana alijiunga naye katika safari; wakiwa njiani, Manirakiza alimwambia kuwa wameshangazwa na jinsi Nduwimana alitoka Bujumbura bila kujulisha kituo chake, alisema, "Ni kinyuma cha sheria za polisi; haiwezekani kamanda wa kituo kusafiri bila kujulisha kituo chake; hata mimi naibu wake nilikuwa sijui."

Kanyana akamuuliza, "Mbona alisema kuwa anakwenda kuhudhuria semina ya makamanda wa vituo vya polisi."

"Hakuna kitu kama hicho."

Kanyana aligutuka, "Ati hakuna semina...."

"Haiwezekani semina hiyo ifanyike bila mimi kufahamu. Kwa jinsi nijuavyo mimi, makamanda wa vituo wako kwenye vituo vyao."

Kanyana alinyamaa; aliendelea kuwa kimya mpaka walipofika Bugarama.

Walipofika hospitali ya Bugarama, waliambiwa kuwa itabidi wasubiri daktari muhusika atoe idhini ya kuona wagonjwa wao kwa kuwa walikuwa katika wodi ya wagonjwa mahututi. Dakta Ngendakumana alitoa idhini ya kuwaona lakini kwa muda usiozidi dakika thelathini.

Luteni-usu Manirakiza alimsalimu afande wake kwa kufunga mguu na kupiga saluti ingawa afande alikuwa hajitambui.

Kanyana alipoona shoga yake amelazwa mbali kidogo na mumewe, walikotengewa wanawake, aling'amua kuwa kumbe mwanamke aliyetajwa redioni kama mtu ambaye hajafahamika, alikuwa shoga yake Mupfasoni.

Alishikwa na kizunguzungu, akaanza kuyumba kama mti mrefu unaosukumwa na upepo; alijilaza kwenye bega la Dakta Ngendakumana akilia. Daktari huyo alimpoza kwa kusema, "Pole, usiwe na wasiwasi, mumeo atapona."

Waliwakuta hawajitambui; miguu na mkono wa kulia wa Nduwimana ilikuwa imewekwa plasta ya jasi na imetundikwa kwenye mbao na kulikuwa na vyuma vizito vilivyoning'inia; uso wake ulikuwa umevimba na kichwa kimezungushwa bandeji. Hali kadhalika Mupfasoni, mguu mmoja na mkono mmoja ilikuwa imewekwa plasta ya jasi na kutungikwa; uso wake ulikuwa umevimba na kichwa kimezungushwa bandeji.

Dakta Ngendakumana aliwaambia, "Kama mlivyoona, wamevunjika mifupa ya miguu na mikono na wamejeruhiwa sana vichwani. Mbavu mbili za Nduwimana zimevunjika na meno matatu ya mbele ya Mupfasoni yameng'oka. Pamoja na hayo, tuna matumaini kuwa watapona, lakini baada ya muda mrefu."

Kanyana akauliza, "Muda mrefu kiasi gani?"

"Takriban miezi sita."

"Miezi sita wamelazwa hapa?" Aliuliza Kanyana.

"Miezi sita wamelazwa hospitali; wakipata nafuu, tutawahamishia katika wodi za wagonjwa wa kawaida."

Manirakiza akauliza, "Yaani afande wangu atamaliza miezi sita"

"Huo ndio ukweli, tena yeye ana matatizo zaidi kwa kuwa amevunjika miguu yote; hata akipona sidhani kama ataweza tena kazi ya upolisi." Dakta Ngendakumana alieleza.

Minani alipata habari za ajali hiyo baada ya ibada ya Gitega; mbali ya ujumbe mfupi wa Kanyana ambao alisikia baada ya kufungua simu yake; pia redio zilikuwa bado zinataja habari hiyo hasa baada ya jina la mtu ambaye alikuwa anatajwa kama 'mwanamke' kujulikana.

Katika mazungumzo yao ana kwa ana, Kanyana alimjulisha Minani jinsi alivyowaona, maelezo aliopewa na Dakta Ngendakumana na maelezo ya Manirakiza. Wote walishindwa kuelewa sababu iliofanya Nduwimana na Mupfasoni wasafiri pamoja kwa siri.

"Nadhani wakishajitambua watatujulisha, ila kamanda wa kituo cha polisi ameniambia kuwa wameanza upelelezi." Alisema Kanyana.

Minani alipomjulisha Kanyana kuwa naye anataka kwenda Bugarama, alimuomba wafuatane; kama kawaida walihuruhusiwa kuwaona kwa muda usiozidi nusu saa. Alipompiga macho mkewe, Minani alipigwa na butwaa, akasema, "Mungu wangu uliye…." alianguka, akabebwa na wauguzi wa wodi hiyo, akapelekwa nje hajitambui.

Pia walipitia kituo cha polisi cha mjini Bugarama kuulizia upelelezi ulipofikia; walijulishwa kuwa upelelezi ulikwisha kamilika.

Upelelezi wa polisi ulianzia katika gari la Nduwimana ambamo walikuta resiti za Bugarama Hotel; waligundua kuwa walilala hapo kwa siku moja katika chumba namba 115.

Kamanda wa kituo cha polisi alitoa idhini waoneshwe video zilizonaswa na kamera za hoteli hiyo; kamera hizo zilinasa picha kuanzia Nduwimana na Mupfasoni walipoingia mpaka walipotoka hotelini.

Video ya kwanza ilionesha wakiingia hotelini wameshikana mikono; walipokuwa wanasubiri kukabidhiwa funguo, walikuwa wanabusiana; walionekana wanaelekea chumbani wamewekana mikono viunoni.

Video nyingine ilionesha muhudumu wa hoteli akiwapelekea vinywaji chumbani; walitoka chumbani baada ya masaa manne. Walionekana wamekaa kwenye makochi ya baa ya hoteli wakiburudika kwa mvinyo na vitafunwa mpaka baa ilipofungwa. Video nyingine ilionesha Mupfasoni anatembea kama mcheza dansi ya samba kwa jinsi alivyokuwa amevaa miwani; Nduwimana alikuwa amemshikilia mpaka walipoingia chumba namba 115. Video ilimwonesha mhudumu wa hoteli akifika kwenye chumba hicho akiwa na trei iliyokuwa na chupa mbili za mvinyo na karanga; Nduwimana alionekana akimfungulia mlango mhudumu huyo akiwa kifua wazi, baada ya muhudumu kuondoka, Nduwimana akaweka kwenye mlango bango lenye maandishi, *"Don't disturb."* Minani na Kanyana waliangalia wakitokwa na machozi. Walikuwa wameduwaa. Mboni za Minani ziligeuka juu kama mgonjwa wa kifafa anapopoteza fahamu, kinywa kilifunguka taratibu, akazirai.

Kanyana alikuwa anachuruzikwa na machozi mpaka kifua chote kikarowa chepechepe. Polisi waliamua kusimamisha upelelezi wao kwa kuwa walikuwa wameridhika kuwa ilikuwa ni ajali ya barabarani na wahusika walikuwa katika shughuli binafsi.

Walianza safari ya kurejea Bujumbura wamenywea; Minani alisema, "Najisikia nimedhoofika, niko kama nimenyukwa; ungalikuwa unajua kuendesha gari, ningalikuachia usukani…."

"Bahati mbaya sijui kuendesha gari, jitahidi twende taratibu…."

"Baba Mungu atatunusuru yasitupate kama yaliowapata wenzetu." Minani alisema.

Kanyana akamjibu, "Mungu yuko nasi kwani safari yetu ni ya wema; sio ufisadi kama waliokuwa wamekwenda kufanya wenzetu."

Minani ilijikaza kusabuni wakaanza safari ya kurejea Bujumbura. Safari yao iligubikwa na ukimya; bila shaka kila mmoja alikuwa katika vita vya mawazo. Minani alivunja ukimya huo ghafla aliposema, "Ama kweli, asiyejua maana haambiwi maana."

"Vipi mwenzangu ni kama unaota mchana?"

"Sioti bali nimekumbuka kuwa niliambiwa visa vya mke wangu na mumeo nikapuuza, sasa ninajuta."

"Ehee, majuto mjukuu."

"Kama ningeamini nilioambiwa na Kamana, mlinzi wa usiku wa Ikaze Baa, nadhani hali isingefikia hapa."

"Yaani ile baa ilioko Buyenzi ambako mlikuwa mnaishi?"

"Ndiyo."

"Alikwambia nini?"

"Nilipotoka Ubelgiji, alinidokezea kuwa mumeo alikuwa na uhusiano wa mapenzi na mke wangu lakini nilipuuza kwa kuwa mke wangu alikanusha."

"Ulipuuza?"

"Nilipuuza kwa kuwa alikana katakata; alisema kuwa yalikuwa majungu."

"Uliamini?"

"Niliamini kiasi kwamba nilimuona Kamana kama adui; nilikuwa sitaki hata kumuona au kuzungumza naye; nilipomuona nilisikia kichefuchefu; ilikuwa mojawapo ya sababu za kuhama Buyenzi."

"Ha ha ha…. ilikuwa kama kuwasha taa nyumbani kwa kipofu."

"Mwenzangu, kweli majuto ni mjukuu."

"Basi mimi sitaki kujuta, tafadhali naomba tupitie Buyenzi ili nami nizungumze na Kamana; ninashauku ya kujua aliyoyaona."

"Umenizindua, nami sina budi kumwomba msamaha; ila sijui nitaanzia wapi kwani nilimkosea sana."

Minani aligeuza gari, wakaingia barabara iliyoelekea Ituze Baa; walikuta imezingirwa na polisi ambao walikuwa wameanza upepelezi wa kifo cha Kamana ambaye alikuwa ameuawa usiku kwa kupigwa mapanga na majambazi waliotaka kuiba katika baa hiyo.

Baada ya kupata nafuu, Nduwimana na Mupfasoni walihamishiwa katika vyumba vya kulipia vya hospitali ya Bugarama lakini miguu na mikono yao iliendelea kufungwa plasta ya jasi na kutungikwa. Nduwimana aligharamiwa na polisi na Mupfasoni aligharamiwa na bima ya kiwanda cha vigae.

Kutokana na kuwa mikono yao ilikuwa imefungwa plasta ya jasi, walifanyiwa huduma zote na wauguzi wa hospitali hiyo ila siku za Jumamosi na Jumapili ambapo walihudumiwa na jamaa zao. Kanyana alimhudumia Nduwimana kwa kumpiga mswaki, kumnyoa ndevu, kumwosha, kumpaka mafuta, kumchana nywele, kumkata kucha na kumlisha chakula cha nyumbani. Minani alifanya hivyo hivyo kwa Mupfasoni; alimbadilishia hata vitambaa vya usafi akiwa hedhini. Walifanya hivyo kwa miezi yote walipokuwa wamelazwa.

Ili kupunguza gharama za usafiri wa kila wikiendi na kushika vyumba hotelini, waliamua kukodi nyumba ya vyumba viwili mjini Bugarama. Ingawa walitumia nyumba hiyo kwa siku mbili kwa juma, gharama zake zilikuwa chini kuliko kuchukua vyumba hotelini; pia Kanyana alipata mahala pa kuwapikia wagonjwa wao chakula walichotaka kuliko kuleta chakula kutoka Bujumbura.

Kanyana na Minani walionekana kila wikiendi katika soko la Bugarama wakinunua vifaa walivyohitaji kwa wagonjwa wao. Baadhi ya wafanyabiashara waliwatambua hata kwa majina kwa kuwa walikuwa wateja wao wa kawaida. Aghalabu Minani alionekana akimsaidia Kanyana kubeba makasha ya vifaa walivyonunua. Kuna wakati walionekana mitaani wakivinjari pamoja.

Ijumaa ya mwisho ya wagonjwa wao kuruhusiwa kutoka hospitali, badala ya kufikia katika nyumba ambayo walikuwa wanakodi, Minani na Kanyana walishika chumba katika Bugarama Hotel; waliomba wapewe chumba namba 115.

Kama ilivyokuwa imekwisha kuwa kawaida yao, Jumamosi asubuhi walikwenda kuwazuru wagonjwa wao na kuwapelekea vifaa ambavyo walikuwa wameagiza waletewe. Kitu ambacho hakikuwa cha kawaida ni jinsi walivyokuwa wamejipara.

Kanyana alikuwa amejikwatua kiasi kwamba Nduwimana alipomuona alishindwa kuvumilia; alimwita amsogelee, akamwambia,

"Umependeza kweli mke wangu, tafadhali nisogelee, unikumbatie, nikubusu."

kanyana alikunja uso, akasema, "Nyoo, hauna haya wala woga unataka kunibusu na hali mke mwenzangu yuko chumba jirani?"

Nduwimana aligutuka, "Mke mwenziyo?"

"Ndiyo, mke mwenzangu." Alitoa simu yake ya mkononi akamfungulia video alionasa kwenye video ya polisi ikionesha waliofanya katika hoteli ya Bugarama.

Nduwimana alipigwa na bumbuazi; machozi yalimtoka taratibu, alisema, "Kumradhi mpenzi wangu...."

"Funga mdomo, mume maluuni asiyekuwa na aibu; fimbo ya mnyonge hulipwa na Mungu." Kanyana alimjibu kwa hasira huku akifungua mlango; alitoka nje.

Nduwimana alibaki anaita, "Kanyana...Kanyana...Kanyana..."

Kanyana alisikika akisema, "Maziwa yakimwagika hayazoleki."

Minani alikuwa amevaa suti aliovaa wakati wa harusi yake na Mupfasoni. Mkewe alipomuona, alimwambia, "Siyo kawaida kuja hospitali umevalia vizuri namna hii; je, ni kwa kuwa ni wiki ya mwisho ya mimi kulazwa hapa?"

Minani akajibu, "La hasha, ni kwa kuwa leo ni siku muhimu ambayo inawezekana kuwa sawa na siku nilipovaa suti hii, unakumbuka siku hiyo?"

"Nakumbuka, lakini mbona unaniambia kwa mafumbo mpenzi mume wangu una...."

Minani alimkata kauli, "Tafadhali usinicheze shere kwa maneno ya kiupuuzi, eti mpenzi mume wangu, mimi siyo....."

"Tafadhali tusiambizane maneno ya kusononeshana mpenzi wangu, adhabu niliopta inatosha." Alisema Mupfasoni.

Minani akajibu, "Ama kweli, adhabu ya kaburi aijuaye maiti; kwani kati yangu na wewe, nani anasononeka kuliko mwingine? Nani amepata adhabu kuliko mwingine?"Alitoa simu yake ya mkononi, akafungua video alionasa kwenye video ya polisi ikionesha waliofanya kwenye hoteli ya Bugarama, akamuonesha.

Mupfasoni alikatika maini; mwili ulimsisimka, vinyweleo vya ngozi vikavimba, alianza kulia; Minani mbaye pia alikuwa anatokwa na

machozi, alimwambia huku akigugumia, "Ni…nili…likupenda, nili…
kuamini, nili…kuenzi…."

Mupfasoni akamkata kauli, "Mbona vitenzi vyote umevitia katika
wakati uliopita, kwani sivyo ilivyo sasa?"

Minani akajibu, "Mungu siyo Athumani; alinifichulia vituko
ulivyofanya, njama ulizokula na maovu uliotenda; hatimaye vilikutokea
puani." Alinyamaza kidogo huku akipangusa machozi.

"Mupfasoni." Minani aliita.

"Abee."

"Mimi nimekusamehe kwa makosa yote ulionitendea, ninakuomba
na wewe unisamehe kwa kitendo ambacho nitafanya mbele yako
hivi punde." Alisema akipangusa jasho na machozi kwa leso aliotoa
mfukoni.

"Mupfasoni." Aliita tena Minani.

"Abee."

"Ili nikupe nafasi ya kuishi na huyo umpendaye, kuanzia dakika hii,
ndoa yetu imevunjika." Alivua pete yake ya ndoa, akaiweka kwenye
mto wake; akatoka nje.

Mupfasoni alibaki analia huku akiita, "Minani…Minani…Minani…"
Manani alisikika akisema, "Maziwa yakimwagika hayazoleki."

Baada ya hapo, Minani alikwenda chumbani kwa Nduwimana,
akamwambia, "Rafiki maluuni, nilisikia habari za vitimbi vyako na mke
wangu nikapuuzia kwa kuamini kuwa yalikuwa majungu; nilijitupa
katika mdomo wa mamba nilipohamia katika nyumba yako nikiamini
kuwa ninaokoa ndoa yangu, kumbe nilikuwa ninaichimbia kaburi.
Nilipokwenda Ubelgiji, nilikuamini nikakufanya mlinzi wa mke wangu,
kumbe niliweka paka shume kulinda maziwa. Kama ulivyoona katika
video aliokuonesha Kanyana, ninajua kila kitu kilichotokea kati yako na
aliyekuwa mke wangu; kisu ulichonichoma kimenifika kwenye mfupa.
Pamoja na hayo, mimi nimekusamehe kwa yote ulionifanyia, naomba
na wewe pia unisamehe kwa kitendo ambacho nitafanya hivi punde."

Kanyana, ambaye alikuwa anasikiliza maneno hayo, alimwambia
Nduwimana, "Mume maluuni, kilichosababisha uwe katika hali hii,
kilinifichulia siri ya safari ulioniambia kuwa ilikuwa ya kikazi kumbe
ulikuwa unanihadaa. Mume maluuni, nimekusamehe kwa maovu yote

ulionitendea, ninaomba na wewe unisamehe kwa kitendo ambacho nitafanya hivi punde."

Alivua pete yake ya ndoa, akaiweka kwenye mto wa Nduwimana, akasema, "Buriani ndoa yetu." Alitoka nje.

Nduwimana alibaki anaita, "Kanyana…Kanyana…Kanyana." Kanyana alisikika akisema, "Maziwa yakimwagika hayazoleki."

Baada ya hapo, Kanyana alikwenda kwa Mupfasoni akamwambia, "Shoga maluuni, picha zilizonaswa na kamera za hoteli ya Bugarama zilinifichulia uovu ulionifanyia; kumbe ulikuwa unanipaka mafuta kwa mgongo wa chupa, kumbe wewe ni nyoka wa vichwa viwili, una ng'ata huku na huku. Sikutarajia kuwa ushoga wetu ungalifikia hatua ya kuchangia kitu ambacho ni kichungu kuchangiwa; uligusa pasipofaa kuguswa. Hata hivyo, nimekusamehe kwa yote ulionifanyia, nami nakuomba unisamehe kwa kitendo ambacho nitafanya hivi punde."

Mupfasoni ambaye alikuwa anatokwa na machozi, alimjibu, "Lakini….", kabla hajasema, Minani aliingia chumbani, akasema, "Samahani kwa kukukata kauli." Aliingiza mkono katika mfuko wa koti lake, akatoa kikasha cha rangi ya fedha, akakifungua, akatoa pete ya dhahabu, akumuashiria Kanyana ampe mkono wake wa kushoto, akashika kidole cha pete, akamvisha.

Wakasema kwa pamoja, "Tunakutakia maisha mema."

Walikwenda pamoja katika chumba cha Nduwimana, walimkuta bado analia; Kanyana alifungua pochi yake, akatoa kikasha cha rangi nyeupe, akatoa pete ya dhahabu, kisha akamuashiria Minani ampe mkono wake wa kushoto, akashika kidole cha pete, akamvisha pete hiyo.

Wakasema kwa pamoja, "Tunakutakia maisha mema."

Sura ya Nne
Radhi za Wazazi

Mzee Byabato na mkewe Kokubanza, walizaa jumla ya watoto wanane lakini ni kitinda mimba wao, Nshomire, ambaye alikuwa hai; waliomtangulia wote walifariki mfululizo kabla hawajafikia umri wa miaka mitano. Byabato alitenga sehemu katika shamba lake ambako wanaye walizikwa; eneo hilo lilitambulishwa na misalaba, majina na tarehe za kuzaliwa na kufariki za marehemu hao. Wakazi wa Nyakibimbili walipaita "Makumbusho ya Byabato." Mzee huyo alikuwa na daftari aliloandika majina ya marehemu wanaye na magonjwa aliyoambiwa na waganga kuwa yalisababisha vifo vyao; magonjwa yaliyojitokeza sana katika daftari hilo yalikuwa surua, malaria, kifaduro na utapiamlo.

Kadri wanawe walivyoendelea kufariki ndivyo Byabato alivyopanua eneo la "Makumbusho ya Byabato;" wanakijiji walimkejeli kwa jinsi alivyozidi kupunguza eneo la shamba lake akipanua eneo la makaburi ya wanawe badala ya kuondoa sababu za vifo vyao. Alipuuzia imani iliyotanda Nyakibimbili kuwa vifo vya wanawe vilitokana na radhi za wazazi wake kwa kuwa aliwatelekeza akiwa kijana na akashindwa kuwaomba radhi kwa kutambikia mizimu yao akiwa mtu mzima.

Byabato naye hakuwa mwepesi kwani alikuwa akiwakera wazee wenzake alipojitapa kuwa walizaa utitiri wa watoto ambao hawakufua dafu kwa mwanaye mmoja ambaye alikuwa daktari, "Mnaorodhesha majina ya watoto wenu lakini wote kwa pamoja hawafui dafu kwa Nshomire ambaye ni fahari ya kijiji chetu."

Ilikuwa kweli kuwa Nshomire, alikuwa kijana wa kwanza kijijini Nyakibimbili na wa kwanza katika shule ya msingi Lyamahoro, kupata elimu ya chuo kikuu na aliweka rekodi ya kushinda vizuri mitihani ya kumalizia shahada ya udaktari katika Chuo kikuu cha   Dar es salaam kiasi kwamba chuo hicho kilimwajiri kama mhadhiri msaidizi katika kitivo chake cha tiba.

Mzee huyo alijivunia Nshomire kiasi kwamba aliacha viapo vya kawaida katika desturi za Kihaya na imani yake ya Kikristu ya kuapa kwa jina la Mungu; badala yake, aliapa kwa jina la mwanaye. Viapo vyake vilikuwa, "Kwa jina la mwanangu Nshomire" au "Nimkose mwanangu Nshomire" au "Nikose jicho langu Nshomire."

Baada ya kufundisha kwa miaka michache, Nshomire alipata nafasi ya kuendelea na masomo katika Chuo kikuu cha Cambridge, nchini Uingereza. Aliondoka Tanzania hajatimiza ahadi yake ya kumfanya baba yake 'mfalme wa Nyakibimbili' na mama yake 'malkia wa Nyakibimbili;' aliwaacha wakiishi katika nyumba yao ya msonge alimozaliwa. Aliahidi kuwa atabadili maisha yao akishafika Uingereza.

Nyumba hiyo ilijengwa kwa miti, matete na majani kuanzia juu mpaka chini; ilikuwa na mlango mmoja wa mbele ambao ulitengenezwa kwa matete na ulikuwa ukibandikwa usiku na kubanduliwa asubuhi; vyumba vyake vilitenganishwa kwa fito zilizosimikwa ardhini na matete yaliyosukwa; ilikuwa na giza la kudumu kwa kuwa haikuwa na madirisha na ilikuwa pia ndio zizi la mifugo yao ya mbuzi, kondoo na kuku.

Nshomire alikuwa miongoni mwa watoto waliotoka familia fukara ambao hawakuwa na ndoto ya kupata elimu kama serikali haikuanzisha sera ya elimu ya bure kwa watoto wote. Maisha ya Nshomire yalibadilika baada ya kushinda mtihani wa taifa wa shule za msingi, akajiunga na shule ya sekondari ya Bukoba.

Alipanda gari kwa mara ya kwanza aliposafiri kwa basi kutoka Nyakibimbili kuelekea Bukoba mjini ambako aliona taa za umeme kwa mara kwanza. Alilala kwenye kitanda na godoro kwa mara ya kwanza alipolala katika bweni la shule hiyo. Alifundishwa kula kwa kijiko na uma ambavyo alipewa na shule. Alikula mkate uliopakwa siagi na jemu kwa mara kwanza alipoingia katika bwalo la shule hiyo. Alioga maji yaliyomiminikia kutoka bombani kwa mara ya kwanza alipoingia katika bafu la shule hiyo. Alizidi kuvuna matunda ya elimu ya bure mpaka alipohitimu chuo kikuu.

Wanakijiji wa Nyakibimbili waliungana na Byabato na Kokubanza katika shamrashamra za kuaga Nshomire alipofika kijijini kuwaaga siku chache kabla ya kupanda ndege kueleka Uingereza; ilikuwa vifijo na hoihoi; wanakijiji walileta pombe na vyakula mbalimbali kuaga fahari ya kijiji chao.

Kinyume na ahadi alizoweka, baada ya kufika Uingereza, Nshomire aliwasiliana kwa nadra na wazazi wake licha ya kuwa wao hawakukata tamaa ya kumuandikia barua.

Katika barua zao, hawakupenda kumlilia hali ya maisha, bali walimjulisha hofu waliokuwa nayo ya ukoo wao kufutika ikiwa hataoa na kuzaa watoto wengi. Walimkumbusha kuwa alikuwa mtoto wao pekee na matumaini yao yalikuwa kuwa atazaa watoto wengi iwezekanavyo ili apanue ukoo. Katika barua mbili zilizofuatana, Byabato aliandika, "Tumekwishapata mkwe ambaye tunaamini kuwa atapanua ukoo wetu na kutufuta machozi ya marehemu ndugu zako waliotutoka wakiwa wachanga. Tunahitaji mkwe ambaye atatuzalia wajukuu; tunataka ukoo wetu usifutike; tunataka warithi wa ardhi yetu. Kokusima, binti ya jirani yetu, ambaye tunajua kuwa mlipendana kabla ya kwenda Ulaya, sasa ni mwalimu katika Shule ya Msingi Nyakibimbili; tumekubaliana naye pia na wazazi wake kuwa ndiye atakuwa mkeo; tayari tumepeleka posa. Tumekwisha kufungulia njia ya kujenga familia yako na kupanua ukoo wetu kwa jumla; sasa na wewe toa mchango wako."

Hawakujua kuwa tayari Nshomire alikuwa amekwisha pendana na Angela, mwanafunzi mzungu ambaye alikuwa katika kitivo cha uhasibu cha chuo hicho cha Camridge.

Angela alikuwa amekwisha piga hatua ya kumtambulisha Nshomire kama mpenzi wake kwa wazazi wake, Chris na Mary, ambao waliishi katika mji mdogo wa Buckden, karibu na chuo kikuu hicho.

Angela na Nshomire walipenda kumalizia likizo zao mjini Buckden, mji ambao takriban wakazi wake wote walikuwa wazungu. Alipovinjari Buckden, Nshomire alijiona kama nzi aliyeanguka katika maziwa; alikodolewa macho, hususan watoto na wazee.Walipenda kumchokoza kwa kuzungumza naye ili wathibitishe kuwa alikuwa anazungumza Kiingereza.

Jumapili moja walikutana na kundi la watoto; mmoja wao alimuuliza Nshomire jina lake; akamjibu, "Jina langu ni Nshomire."

Mtoto alijaribu kutamka, akashindwa; akasema, "Samahani umesema…."

"Nshomire"

Mtoto akajaribu kutamka, akashindwa; akasema, "Ebu rudia"

"Nshomire"

Mtoto akajaribu tena kutamka, akashindwa; akasema, "Ebu rudia."

"Nshomire"

Mtoto mwingine akamuomba ataje tahajia za jina lake, Nshomire akasema taratatibu, "n..s..h..o..m..i..r..e.."

"Ha..ha..ha.." Wenziye wakachelea.

Angela alikatikiza mazungumzo hayo akifoka, "Ebo! Mazuzu nyinyi,"; alimshika mkono, wakaendelea mbele.

Wapo wazungu wenye kasumba ya kujiona bora waliosaga meno walipoona Nshomire akivinjari mitaani ameshikana mikono na Angela. Siku moja, Nshomire aliponea chupuchupu kupigwa yai mgongoni; aliangaza huku na kule lakini hakuona aliyerusha yai hilo. Alisema kwa mzaha, "Ni kama vile limetoka mbiguni."

"Ha… ha…ha… haya yatakupata mara nyingi mpenzi; ni vitendo viovu vya wazungu wajionao bora kuliko watu wengine; wana hata jumuia yao hapa Buckden. Kasumba hiyo iko karibu nchi nzima; uzuri ni kwamba ni wachache na wakikamatwa wamefanya kitendo kama walichokufanyia huchukuliwa hatua."

"Kwahiyo yai lilikuwa linalengwa mimi, siyo?" Aliuliza Shomire.

"Sote."

" Kwanini?"

"Kwa sababu ya rangi yako. Wapo Waingereza wenye kasumba ya kujiona; wanaona rangi nyeupe ni tabaka la juu; ni mwiko kuchanganyika na rangi nyingine. Roho zinawauma wakiona mtu kama mimi nimependana na mweusi kama wewe. Pia wapo Waingereza ambao hawataki wahamiaji katika nchi hii."

"Umesema kuwa nijiandae kwa vitendo kama hivi?"

"Siyo vingi lakini vipo ingawa vinapigwa vita. Utarushiwa maganda ya ndizi au utasikia watu wanapokuona wanaigiza sauti ya nyani, unaweza kutumiwa maandishi ya vitisho au hata kushambuliwa...."

"Kwahiyo...."

"Kwahiyo nikuwa makini. Mimi nimekupenda kwa moyo wangu wote. Niko tayari kupambana na yeyote atakayetaka kuvuruga penzi letu. Niko tayari kutoa maisha yangu kwa ajili yako."

Ingawa Chris na Mary hawakuonesha bayana dukuduku kwa binti yao kuwa na uhusiano wa kimapenzi na kijana mweusi, walibadilika baada ya Angela kuwajulisha kuwa alikuwa anataka kufunga ndoa naye.

Kuna siku wazazi wake walimtaka akutane nao akiwa pekee ili wazungumzie suala hilo kwa kuwa lilikuwa nyeti.

Angela alikuwa na kazi ngumu ya kuwashawishi wazazi wake wamkubali Nshomire. Aliwahakikishia kuwa hakuwa tofauti na vijana wa kizungu aliowahi kupendana nao. Aliwaambia, "Tena amewazidi wote; ndio sababu nimekubali kuolewa naye."

Chris akamuuliza, "Kwa vipi?"

"Ana sifa zote za mume nimtakaye; ni msomi kama mimi, kuliko nyinyi, kuliko wakazi wengi hapa Buckden; ni mchangamfu; ni mpole; ni muhisani na pia anapenda mbwa wangu Roxy na Tommy."

Mary akamuuliza, "Hivyo vigezo vinatosha kuamua ufunge ndoa na mtu?"

"Ndio vigezo muhimu kwangu."

Chris akasema, "Sisi hatuzungumzii uhusiano wa kimapenzi; ndio sababu tangu ulipomleta nyumbani, hatukujali sana; lakini ndoa ni kitu tofauti kabisa; ni pingu za maisha. Huwezi kufunga ndoa na mtu ambaye unamjua kijujuu…"

"Siyo kijujuu; tumekuwa pamoja kwa zaidi ya miaka miwili…."

Mary akasema, "Kama asemavyo babako, mbali ya kutomjua kwa undani, sisi tunafikiria mustakabali wako; tunafikiria kizazi chetu; unajua kuwa mkijaliwa kupata watoto, familia yetu itakuwa imeingiwa na doa la machotara? Umesema kuwa utakwenda Tanzania, je umefikiria utakavyoingia na kuishi katika jamii tofauti na ya kwako? Je hiyo jamii itakukubali? Umezaliwa na kukulia katika mojawapo ya nchi tajiri sana duniani, sasa unataka kwenda kuishi katika nchi masikini ambayo mojawapo ya nchi zinazoifadhili ni Uingereza, kwanini unajidhalilisha kiasi hicho? Je umefikiria jinsi sisi na jamaa zetu tutakavyokuwa tunaonana nawe?"

Kabla Angela hajajibu, Chris alimuuliza, "Hivi ulikosa kabisa mpenzi wa kizungu ambaye mtapendana hata kama hamkufunga ndoa, kuliko kutudhalilisha hapa Buckden?"

"Siyo kuwadhalilisha wapenzi wazazi wangu, nimewaambia kuwa Nshomire amewazidi wapenzi wote niliowahi kuwa na uhusiano nao tangu niwe kijana. Tena Nshomire amenitibu ugonjwa wa kutopenda niliougua baada ya kukorofishana vibaya na George…."

Mary akamuuliza amemkazia macho, "Amekutibu kwa juju kutoka Afrika?"

"Ha..ha..ha..nawajulisha kuwa Nshomire amenionesha kuwa wapo watu wanaojua mapenzi na wenye utu. Baada ya kukorofishana vibaya na George, nilikuwa nimeamua kutopenda tena maishani mwangu; ndio sababu niliamua kufuga Roxy na Tommy, ili wawe wenzi wangu. Nshomire ameniondolea ukiwa niliokuwa nao"

Mary akamuuliza amekunja uso, "Una uhakika kuwa siyo hadaa, labda anatafuta mbinu ya kuselelea Uingereza kama tuonavyo watu wengi kutoka nchi masikini?"

"Kwanini aselelee Uingereza na hali ana uhakika wa maisha mazuri nchini kwao? Tayari ni daktari; aliletwa nchi hii kuongeza ujuzi; hana haja ya kuselelea nchini kwetu."

Chris akumuuliza, "Kama hataishi hapa, inamaanisha kuwa wewe utamfuata Tanzania?"

"Ndivyo ilivyo; kipenda roho hula nyama mbichi; nimempenda Nshomire, nimeamua kumfuata Tanzania; elimu yangu inaniwezesha kupata kazi Tanzania."

"Ututelekeze sisi?" Aliuliza Chris.

"Sio kuwatelekeza; mtakuwa mnakuja kututembelea na kutalii Tanzania; pia sisi tutakuwa tunakuja Uingereza. Baada ya Nshomire kunielezea Tanzania na mimi binafsi nikaitafiti Tanzania kwenye Google, ninaamini kuwa hata nyinyi mtaipenda nchi hiyo yenye utulivu na mandhari maridhiwa..."

Chris alimkata kauli, "Lakini masikini..."

"Lakini umasikini si kilema; ni bora useme nchi inayoendelea kwani Tanzania ina utajiri mwingi wa asili ambao haujagemwa; tena naomba msisahau kuwa nchi yetu ilichangia kuinyonya Tanzania wakati ilipokuwa mkoloni wake; tuliendelea kuinyonya kwa kutumia ukoloni mamboleo."

Chris akamwambia, "Naona umesimama kidete kuipigia debe Tanzania kwa kuivisha kilemba cha ukoka; nadhani juju la Mtanzania limekukolea."

"Siyo kilemba cha ukoka wala juju; chambilecho cha wahenga, kipofu simcheke, si makosa yake na nyinyi si makosa yenu."

Chris akamjibu kwa hasira, "Ala! Ninakwambia ukweli, unanijibu kuwa ni kipofu..."

"Kumradhi wazazi wangu, nimetumia usemi huo kumaanisha kuwa nisemayo si kilemba cha ukoka wala juju bali ni ukweli ambao nyinyi hamjui."

Mary akamjibu, "Alakulihali mapenzi ya huyo Mtanzania yamekuziba macho na masikio mpaka kufikia hatua ya kutufananisha na vipofu. Ama kweli, mtu akipenda, chongo huitwa kengeza."

"Wala si suala la kupenda, bali ni ukweli. Sijui niseme nini ili muamini kuwa sijalishwa juju na siivishi Tanzania kilemba cha ukoka. Tafadhali nitegeeni masikio niwajuze tunu chache za Tanzania nizijuazo, labda mtaamini niyasemayo."

Mary akamjibu, "Eleza."

"Tanzania ina mbuga ya wanyama ya Serengeti yenye wanyama lukuki ambayo imeorodheshwa na shirika la umoja wa mataifa la elimu, sayansi na utamaduni -UNESCO kuwa miongoni mwa Urithi wa Dunia; je ni juju au kilemba cha ukoka? Mlima Kilimanjaro ndio mlima mrefu kabisa barani Afrika na miongoni mwa hifadhi zilizoorodheshwa kuwa Urithi wa Dunia; je ni juju au kilemba cha ukoka? Michoro ya Kilwa Kisiwani ni Urithi wa Dunia; je ni juju au kilemba cha ukoka? Mji Mkongwe wa Zanzibar pia ni Urithi wa Dunia; je ni juju au kilemba cha ukoka? Hifadhi ya Ngorongoro imeorodeshwa kuwa Urithi wa Dunia; je ni juju au kilemba cha ukoka? Ziwa Victoria, ndio ziwa kubwa barani Afrika; je ni juju au kilemba cha ukoka? Hayo, ni tone katika bahari ya tunu za Tanzania. Ninaamini kuwa mkiijua Tanzania, mtabadilisha uelekeo wa safari zenu za utalii kama mimi nilivyoamua, ila siyo kama mtalii bali kama mkazi."

Mary alimjibu kwa stihizai, "Kama mkazi, hauna haya! Kumbe ni kweli kuwa kupenda sana ni ugonjwa usiotibika; naona umekuwa mwanafunzi hodari wa jiografia ya Tanzania."

"Lakini ndio ukweli mama yangu."

Mary akamuuliza akimbeza, "Yaani unataka kufunga ndoa ya kanisani na Nshomire kama niliofunga mimi na Chris?"

"Kwani kuna ajabu gani?"

Chris akamuuliza akimbeua, "Yaani nikushike mkono mpaka kwenye madhabahu, nikukabidhi Nshomire?"

"Lipi la ajabu…?"

Mary akaingilia, "Mchungaji aidhinishe ufunge pingu za maisha na mtu ambaye hata hatujui alikotokea…."

"Anatoka Tanzania, nchi maarufu kwa amani na utulivu barani Afrika; anatoka katika kabila la Wahaya, maarufu kwa kuwa na wasomi wengi nchini Tanzania."

Nasaha za Chris na Mary hazikua dafu; Angela hakutetereka, alisema,"Mimi si mtoto; nina haki ya kumchagua mume nimtakaye; nimewaambia kuwa katika kipindi nilichoishi na Nshomire, nimeona kuwa amewazidi utu wapenzi wote wa kizungu niliopendana nao. Nshomire amewapenda hata mbwa wangu, Roxy na Tommy, nao wanampenda kama wanipendavyo."

Chris akasema, "Sina la kuongeza, ila kukukumbusha waliosema wahenga kuwa asiyesikia la mkuu huvunjika guu.."

Mary akaongezea, "Mtoto akililia wembe mpe…"

Angela akamkata kauli, "Mimi si mtoto…"

Mary akamjibu, "Mbali ya kuwa ni usemi wa wahenga, lakini pia wewe kwetu ni mtoto tu."

Chris akasema, "Tumalize mazungumzo haya kwa kuwa naona umepuuza nasaha tunu tunaokupa. Binafsi, abadani siwezi kukushika mkono kanisani nikukabidhi Nshomire; lakini naridhia kushuhudia ndoa yenu ya kiserikali."

Mary akamuunga mkono, "Nami naona aibu kuwaalika wanakwaya wenzangu, tuje kanisani kuimba tukibariki ndoa hiyo; pamoja na hayo, niko tayari kuwa shahidi katika ndoa ya kiserikali."

Baada ya Angela kumjuza mtafuruku ulio baina yake na wazazi wake, Nshomire alitambua kuwa Chris na Mary hawakutaka awe mkwe wao; hakuvunjika moyo, alimwambia Angela, "Mimi sina kinyongo nao; nitafanya juu chini mpaka wabadilike."

"Utafanya nini?"

"Ninajua nitakalofanya."

"Tafadhali niambie, utafanya nini?"

"Kwanza kabisa, nitawaonesha mapenzi. Pili, nitajikusuru mpaka niwalete Tanzania, wajionee kuwa hukunipenda kwa juju.Tatu, wakifika Tanzania, nitawaonesha mojawapo ya sababu zinazonifanya nijivunie nchi yangu kwa kuwapeleka sehemu tunu za Tanzania ambazo hazipatikani Uingereza au kwingine duniani."

"Kama wapi?"

"Sina uwezo wa kuwapaleka sehemu zote ninazoamini kuwa zitawavutia; mimi na wewe tutafuatana nao wakazuru Mji Mkongwe wa Zanzibar, wavinjari mitaa myembamba ya mji huo na Jumba la Maajabu ambalo halipatikani kwingine duniani ila Zanzibar. Tutawapeleka mji wa kale wa Bagamoyo, wazuru magofu ya soko la watumwa lililojengwa kwenye karne ya kumi na tisa na watulize kiu kwa maji ya madafu ambayo hayapatikani katika mto wowote ule; ule, au ziwa lolote lile, au bahari yoyote ile, au kisima chochote kile, ila katika tumbo la madafu. Tutawasindikiza wakatalii mbuga ya wanyama ya Serengeti ambako watashuhudia wanyama pori wakiwa katika makazi yao ya asili, siyo bustani za wanyama kama zilizoko Uingereza na nchi nyingi za Ulaya."

"Taibu, Nahisi safari hiyo itawafanya watanabahi maneno niliowambia kuwa haukuwa na haja ya kuselelea Uingereza. Pia wataona kuwa kumbe kuna mahala pazuri kama Buckden au kuliko Buckden na kwingineko walikowahi kutalii. Kutokana na uwezo wao mdogo, wazazi wangu wamekuwa wakitalii nchi jirani na Uingereza tu; itakuwa mara yao ya kwanza kusafiri safari ndefu. Pamoja na hayo, ala ala usijikalifu; mtu hujikuna ajipatiapo."

Kabla ya kurejea Tanzania, Nshomire alimwambia Angela, "Usiwe na hofu mpenzi, nitajitahidi usijute kwa uamuzi uliochukua; nitafanya kila niwezalo ili uishi katika maisha ya kiwango cha maisha uliozea; nitakutunza kama mboni ya jicho."

Angela akamjibu, "Nami nakushauri usijilazimishe kuvuka maji usiyoweza kuyaoga; nitakuwa nimekuja kuishi, siyo kutalii; nitajifunga mkaja; ninaamini kuwa tutatunzana kama mboni za macho tujenge maisha yetu."

Walikubaliana kuwa Angela atamfuata baada kukamilisha masharti ya uhamijaji. Wote waliamini kuwa kutokana shahada yake ya pili ya uhasibu, atapata kazi bila kuchelewa.

Taarifa za Nshomire kuoa mke wa kizungu, zilipokewa na wakazi wa Nyakibimbili kwa maoni tofauti; wapo waliojivunia kuwa jogoo la Nyakibimbili limewika hata Uingereza; wengine waliona kuwa kilikuwa chanzo cha kujitenga na kijiji chao.

Byabato na Kokubanza walivunjika moyo kwa kuwa uchumba waliopanga wa Nshomire na Kokusima ulikuwa umevunjika na waliamini kuwa mkwe wa kizungu hatakubali kuzaa wajukuu wengi kama walivyotaka.

Katika mazungumzo yao, Kukobanza alisema, "Ninajuta kwa kuwa tumemvurugia Kokusima maisha yake kwa kuwa aliwakataa wachumba kwa kuamini kuwa ataolewa na mwanetu; sasa amemtelekeza."

Byabato akamjibu, "Bila shaka atatuelewa; siyo makosa yetu."

Kokubanza akasema, "Nadhani tulifanya kosa la kuchukua uamuzi bila kumshirikisha Nshomire."

Habari za Nshomire kurejea nchini zilipofika Nyakibimbili, yalianza maandalizi yasiyokuwa ya kawaida ya kumpokea kwa kuwa walijua kuwa atakuja kijijini na mkewe mzungu. Maswahibu wa Byabato walikuwa mstari wa mbele katika kuandaa mapokezi ya fahari ya kijiji chao.

Kashinde, ambaye alikuwa chanda na pete na Byabato, alihimiza majirani zao kwa kusema, "Tusimuangushe mzee mwenzetu, ni lazima tumuoneshe mkwewe kuwa anakaribishwa nyumbani kwa Byabato kwa mikono miwili. Sote tunajua kuwa wazungu wanapenda mayai, basi tuanze kutoa mchango wa mayai kidogo kidogo ili siku akifika hapa, mzee mwenzetu amkirimu kwa chakula wapendacho wazungu."

Ili kufanikisha sherehe hiyo, wapo watu waliojiorodhesha kuleta pombe ya asili ya *orubisi,* inayotengenezwa katika ndizi; Waislamu na Walokole waliahidi kuleta *omulamba,* juisi ya ndizi; wengine walijiorodhesha kuleta *mwani,* kitafunwa maarufu cha kahawa kwa Wahaya. Kashinde alihimiza na mchango wa fedha ili wapate bia na soda.

Hawakuwa na habari kuwa kumbe Nshomire alikuwa katika mipango ya dunia nyingine; alikuwa katika pilikapilika za kupata makazi, kumtafutia kazi Angela na kuwapokea wakweze.

Baada ya Nshomire kukamilisha maandalizi yote, ikiwa ni pamoja na Angela kupata kazi ya uhadhiri katika chuo cha usimamizi wa fedha; Angela alifunga safari akamfuata.

Siku Angela alipowasili uwanja wa ndege wa kimataifa wa Julius Nyerere, wafanyakazi wa uwanja huo waliitana kwa kutumiana ujumbe wa simu au kipigiana simu ili wasipitwe na kioja kilichokuwa kinatokea sehemu ya mapokezi ambako Nshomire alikuwa anapokea mkewe na mbwa wake kwa mabusu.

Angela alitabasamu na kupiga picha alivyoona Roxy na Tommy wakipigapiga mikia na kumrukiarukia Nshomire; kila mmoja alikuwa anashindana na mwenzake kufika kwenye uso au midomo ya Nshomire. Nshomire alikuwa anabusu na kukumbatia Roxy na Tommy kwa huba.

Ilikuwa dhahiri kuwa kulikuwa na mvuto mkali baina ya Nshomire na mbwa hao.

Nshomire aliwakumbatia na kuwasalimia kwa Kiingereza: *"Oh look at Roxy, how have you been doing?"* Alimbeba Roxy, huku Tommy akigunaguna kwa wivu, akitaka naye abebwe.

Ingawa mbwa hao hawakuzungumza lakini walionesha kuwa walikuwa wanaelewana na Nshomire na Angela. Alipoona kuwa wanazidi kumrukiarukia, Angela aliwafokea kama vile mtu anavyomfokea mtoto mtundu, aliposema, *"stop it,"* mbwa hao walitulia. Aliposema, *"Tommy, go down,"* mbwa huyo alimuacha Nshomire akatulia chini.

Wapo walioona kinyaa walipoona Roxy anakutanisha ulimi na Nshomire; wengine walionekana wakiwa vinywa wazi, bila wao kujitambua walipoona Tommy anarambaramba mashavu ya Nshomore. Wapo wengine waliomkejeli kwa kusema kuwa alikuwa limbukeni. Pia wapo wachache ambao hawakushangaa kwa kuwa haikuwa mara yao ya kwanza kuona kile ambacho wenzao waliona kuwa ni kioja.

Uhusiano wa Nshomore na mbwa wake uliendelea kuwa gumzo katika eneo la Mlimani ambako waliishi. Wakazi wa Mlimani walishangazwa na kumwona Nshomire akiendesha gari, mbwa wake wakiwa kiti cha nyuma ambako walikuwa wamewekewa vitanda na mablanketi. Alipoegesha gari lake, watoto wa Mlimani walilizunguuka wakishangalia mbwa ambao walikuwa na matunzo kuliko waliopata makwao.

Majirani walimsengenya Nshomire kwa kusema kuwa hata kama angewakuta njiani wananyeshewa, asingeweza kuwapa lifti kwa kuwa viti vya abiria vya gari lake vilikuwa vimefungwa vitanda vya mbwa wake.

Habari za maisha ya familia ya Nshomire na mbwa wao zilielezwa vizuri na Kalimanzira, mtumishi aliyeajiriwa kuhudumia Tommy na Roxy. Kalimanzira alitokea kuwa maarufu hapo Mlimani kutokana na habari za kushangaza alizohadithia kuhusu mbwa hao; wapo watu ambao hawakuamini aliyosema Kalimanzira mpaka alipowaapia.

"Haki ya Mungu Tommy na Roxy wana vitanda, mablanketi na viti vyao sebuleni; tena wanapogoma kulala kwenye vitanda vyao, huruhisiwa kulala kwenye kitanda cha Nshomire na Angela. Pia kuna wakati wanagoma kukaa kwenye viti vyao au mahala pengine ila kwenye mapaja ya Nshomire na Angela; wakipapaswapapaswa, utawaona wametulia tuli, wamefumba macho, wakistareheka."

Mmoja wao aliuluza, "Mimi sijasadiki uyasemayo, mbwa kukaa kwenye mapaja ya mtu au kulala kwenye kitanda chake, na viroboto je?"

Kalimanzira alimjibu kwa swali, "Watakuwaje na viroboto na hali wana matunzo ambayo wengi wetu hatumudu?"

Wapo waliovunjika mbavu Kalimanzira alipowaeleza jinsi alivyokuwa akiwapiga mswaki mbwa hao; mtu mmoja alimuuliza, "Unafanyaje...unatumia brashi ya kawaida... au unaweka vidole mdomoni mwao?"

Kalimanzira alimjibu, "Kuna wakati ninafunga kitambaa chenye brashi maalum kwenye kidole au ninatumia brashi maalum ya kusafisha meno ya mbwa. Roxy na Tommy walitoka Ulaya wamekwisha zoea kuoshwa meno. Mimi nilifundishwa na Nshomire na Angela; mbali ya mazoezi kwa vitendo, pia walitumia video ambazo zilinifundisha."

"Ha ha ha... Je ukisha wapiga mswaki, huwa unawapa maji ya kusukutua?"

"Ha ha ha... Ama kweli ujinga ni mzigo," alisema Kalimanzira.

"Wala si ujinga, sisi tunakushangaa mwanamume mzima unapiga mswaki mbwa?"

Kalimanzira akasema, "Nawafahamisha kuwa mbwa wana madawa ya kusafisha meno kama ambayo tunatumia sisi binadamu, ila madawa ya meno ya mbwa yametengenezwa kwa ladha ya nyama ya kuku au ng'ombe; unaposafisha meno yao wanajirambaramba na kumeza badala ya kutema."

"Ha ha ha.."waliangua kicheko kwa pamoja.

Mmoja akasema, "Ebu tuambie unavyoogesha Tommy na Roxy."

Kalimanzira akasema, "Ingawa Nshomire na mkewe wana bafu la mbwa uwani, Roxy na Tommy wanapenda bafu la ndani la Nshomire na Angela. Nilikuta wanawaogeshea katika bafu lao, nami nimekuwa nikifanya hivyo."

"Yaani wale wasomi wanatumia bafu moja na mbwa wao?"

"Kwa moyo mkunjufu." Alijibu Kalimanzira.

"Ebu tueleze unavyowatia bafuni na kuwaosha."

"Tommy na Roxy wamekwisha zoea, huwa ninawatandikia taulo katika bafu na kuwapiga maji na kuwapaka sabuni rasmi ya kuogesha mbwa kama vile mtu anavyoogesha mtoto, kisha ninawafuta kwa taulo, kisha ninachana manyoya yao kwa brashi kama vile tunavyochana nywele zetu kwa kitana."

"Unachana mbwa?"

"Vizuri sana. Wana brashi na vitana maalum."

Mtu mwingine akauliza, "Ehe, tunasikia kuwa huwa unawakata kucha, ni kweli?"

"Ni kweli."

Mwingine akauliza, "Ama kweli dunia ina mambo. Ebu tuambie, unatumia nini? Wembe, msumeno, kisu, upanga, au mkasi?"

"Ha ha ha..ipo mikasi maalum ya kukata kucha za mbwa; mimi huchagua mkasi niutakao."

Siku ziligeuka majuma; majuma yakageuka mwezi; mwezi ukaugeka miezi; miezi ikageuka mwaka bila Nshomire na mkewe kukanyaga Nyakibimbili.

Walikuwa wanajiamarisha katika makazi yao mapya na maandalizi ya kuwapokea Chris na Mary; Nshomire alikuwa anajitahidi kutekeleza ahadi aliotoa ya kuwaalika Tanzania.

Jitihada zake zilizaa matunda siku ambapo Chris na Mary walifika Tanzania. Siku walipowasili, walishangazwa na kuwa walijikuta wameandaliwa kuwa wageni rasmi kwenye sherehe ya kifamilia ya kuadhimisha mwaka mmoja Angela ameungana na mumewe.

Baada ya kuzuru vivutio mbalimbali vya utalii jijini Dar es salaam, walizuru chuo cha usimamizi wa fedha, ambako binti yao alifanya kazi; pia walizuru chuo kikuu cha afya, ambako Nshomire alifanya kazi.Walikwenda Bagamoyo, wakazuru mji wa kale ambao ulikuwa na bandari kuu ya kusafirisha watumwa kutoka Afrika Mashariki. Kabla ya kwenda Zanzibar, waliekea mbuga ya wanyama ya Serengeti.

Habari hizo zilipofika Nyakibimbili, Byabato na Kokubanza walisimanzika; Byabato alimwambia mkewe, "Hivi huyu kijana wetu anaona kuwa wazazi wa mkewe na wanyama wa Serengeti ni bora kuliko sisi?"

Kokubanza alijiinamia kwa muda, kisha akamjibu, "Bila shaka hutarajii mimi kukupa jibu la swali lako, lakini ebu angalia hapa," alipandisha gauni lake, akamkalia uchi, akaanza kuvuta ngozi ya tumbo lake ambayo ilivutika kama mpira, akasema akilia, "Kama Nshomire alikuwa katika tumbo hili kwa miezi tisa," kisha akavuta matiti yake na kuyaminya, akasema, "Na kama Nshomire alinyonya haya matiti; basi Nshomire atajuta maishani mwake."

Safari ya Serengeti, iligongana na kifo cha ghafla cha Kokubanza ambaye alikutwa amejitia kitanzi.

Byabato aliomba mkewe asizikwe mpaka Nshomire atakapofika. Badala ya kuhudhuria mazishi ya mama yake, Nshomire alituma fedha za sanduku na gharama za mazishi na kilio. Jambo hilo lilimhuzunisha sana Byabato; aliwaambia maswahibu zake, "Ni bora na mimi ningefuatana na mke wangu kuliko kuzidi kusononeshwa na kufedheheshwa na mtoto niliyemzaa mwenyewe."

Miezi michache baada ya kifo cha mkewe, Angela alichukua likizo ya uzazi akaenda kujifungulia London baada ya vipimo vilivyofanyika Dar es Salaam kuonesha kuwa mtoto alionekana kuwa na kasoro; Nshomire aliahidi kujiunga naye wakati wa kujifungua.

Kama vipimo vilivyoonesha, Angela alijifungua mtoto mwenye kasoro; alikuwa na kifua kidogo ambacho kilikuwa hakiwezi kudhibiti mapafu, shingo fupi iliokakamaa na alikuwa hawezi kupumua vizuri. Madaktari wa hospitali maarufu ya watoto ya *Evelina London Children's Hopistal*, waliwajulisha Angela na Nshomire kuwa mtoto wao alikuwa na kasoro ijulikanayo kama *"Jarcho-Levein syndrome."* Walifahamishwa kuwa anaweza kufanyiwa upasuaji lakini ni nadra mtoto mwenye hali hiyo kuishi zaidi ya miaka miwili.

Angela alikubaliana na mumewe na wazazi wake kuwa mtoto huyo abaki katika matunzo ya wazazi wake ili aendelee kupata huduma ambazo hazipatikani Tanzania.

Angela alibeba mimba ya pili; baada ya wiki tisa, vipimo alivyofanyiwa Dar es salaam, vilionesha kuwa ilikuwa mimba ya mtoto wa kike lakini moyo na sehemu ya tumbo la mtoto vilikuwa vinakua vikiwa nje ya mwili; waganga walieleza kuwa hali hiyo inajulikana kama *ectopia cordis.'* Waganga walimshauri atoe mimba hiyo kwa kuwa uwezekano wa mtoto kuishi ulikuwa mdogo; Angela alikataa, badala yake alichukua likizo bila malipo akaenda Uingereza ambako yeye na mumewe waliamini kuwa kulikuwa na utaalamu na huduma bora.

Hata vipimo vya hospitali za London vilionesha kuwa mtoto alikuwa anazidi kukua tumboni mwa Angela lakini moyo ulikuwa nje ya kifua. Madaktari wa hospitali ya *Evelina London Children's Hospital* walimwambia kuwa mtoto huyo akizaliwa atahitaji kufanyiwa upasuaji mara tu baada ya kutoka tumboni ili kuweka moyo wake kifuani; lakini uwezekano wa mtoto kusalimika ulikuwa mdogo sana. Angela alikataa kutoa mimba hiyo.

Angela alipojifungua mtoto ambaye moyo wake ulikuwa nje ya kifua, ilikuwa habari kubwa duniani; vyombo vya habari vilimuita 'mtoto wa muujiza'. Majina na picha za wazazi wa 'mtoto wa muujiza' yalitanda katika vyombo vya habari duniani. Vyombo vya habari vilikariri waganga wakisema kuwa 'ectopia cordis' hutokea kwa "Watoto wanane mpaka kumi katika watoto milioni moja wanaozaliwa" na kwamba, "Matumaini ya watoto wenye 'ectopia cordis' kuwa hai, ni chini ya asilimia kumi."

Vyombo vya habari vilishindana katika kutaka kufanya mahojiano na wazazi wa 'mtoto wa muujiza;' Angela alizungumza na baadhi vyombo vya habari mjini London, akasema kuwa alifurahi kuona amezaa salama na kwamba alikuwa na matumaini kuwa upasuaji atakaofanyiwa mwanaye utafaulu.

Nshomire aligoma kabisa kuzungumza na vyombo vya habari; alifunga simu yake kwa watu wote ila Angela. Alipoona wandishi wa habari na wapiga picha za televisheni wa Dar es salaam wamepiga kambi mbele ya nyumba yake, Nshomire aliwakwepa; alipitia mlango wa nyuma akaenda kwa Ukwaju, jirani yake ambaye pia alikuwa mwalimu wa chuo kikuu cha Dar es salaam.

Katika mazungumzo yao, Nshomire alimuomba Ukwaju awe kwake kwa sababu alikuwa amekosa amani nyumbani kwake, "Kutokana na usumbufu wa simu za vyombo vya habari; wamefikia hatua ya kupiga kambi mbele ya nyumba yangu wakivizia kuzungumza na mimi."

Alipomuuliza sababu za kukataa kuzugumza na waandishi na watangazaji wa vyombo vya habari, Nshomire alisema, "Kwanza kabisa, sikufurahishwa na kuwa mimi na Angela tumeingia katika rekodi ya wazazi wanane mpaka kumi katika wazazi milioni moja duniani wanaozaa watoto walio katika hali ya *'ectopia cordis'* Pili, vyombo vya habari havina dogo; ninaamini kuwa nitaulizwa hata kuhusu kifunguamimba wetu ambaye alizaliwa akiwa katika hali ya *'Jarcho-Levein syndrome.'* Yote haya yananiuma; nimekuwa nikawaza na kuwazua kuhusu mikasa ya uzazi ninayopata, nashindwa kupata jibu."

Alinyamaza kidogo huku wakitazamana na Ukwaju kama mabubu.

Akaendelea kusema, "Ninaogopa kuwa hata tukijaribu kupata mtoto wa tatu, atakuwa na matatizo. Sijui nina balaa gani mimi."

Ukwaju akasema, "Nimekusikiliza kwa makini sana ndugu yangu, pole sana kwa mikasa na majanga unayoyapata; kama mzazi ninakuelewa. Kama rafiki na jirani yako wa muda mrefu, nakuomba tuzungumzie jambo hili kwa undani na kuambizana ukweli; kama unaniruhusu naomba tuendelee."

"Ninakuruhusu."

"Rafiki yangu Nshomire, wanasema kuwa msemakweli ni mpenzi wa Mungu na kwamba ukweli unauma lakini ni dawa. Inabidi tuambizane ukweli, labda tunaweza kupata dawa ya matatizo yako. Hivi hujasikia sifa zako hapa Mlimani?

"Sijakuelewa."

"Nimeanza kwa kusema kuwa msema kweli ni mpenzi wa Mungu; ninachomaanisha ni kwamba Nshomire rafiki yangu, unasemwa vibaya hapa Mlimani. Unatetwa kuwa ulitelekeza wazazi wako walio kuzaa na kukulea katika mazingira magumu hadi kufikia mafanikio makubwa. Unatetwa kuwa umewatelekeza wazazi wasiokuwa na msaada mwingine ila wewe. Unatetwa kuwa unajali mbwa wako kuliko wazazi wako, kwamba unathamini wakwe zako kuliko wazazi wako, kwamba huyo mke wa kizungu amechukua hata nafasi ya wazazi wako. Hujayasikia hayo?"

"Sijayasikia."

"Mimi nimeyasikia sana, na yasemwayo ni kweli tupu. Wewe utayasikiaje wakati umepumbazwa na mkeo na mbwa wako; umeweka pamba masikioni na machoni umevaa miwani ya mbao, Nshomire husikii wala huoni. Unathubutuje kufunga safari kwenda Serengeti wakati hujawahi kwenda kuwajulia hali wazazi tangu urudi toka masomoni? Unawezaje kuacha mazishi ya mama yako mzazi kwa sababu ya kuridhisha mkeo na wakweo." Alisema Ukwaju kwa uchungu.

"Hata wewe rafiki yangu unaweza kuniambia maneno kama haya?"

"Nimekwambia kuwa msemakweli ni mpenzi wa Mungu, hata mimi ndivyo nionavyo; ebu nikupe mfano, ni mara ngapi nimekuita wewe na mkeo kuja kwangu kusalimu wazazi wangu?"

"Sijahesabu lakini ni mara kadhaa."

"Je sijakuaga na familia tukakuomba uwe unatupia macho kwenye nyumba yetu wakati tulipokwenda kijijini kuwazuru wazazi wangu au wazazi wa mke wangu?"

"Namewahi kufanya hivyo."

"Niambie Nshomire, unakumbuka mara ya mwisho ulipofunga safari kwenda kwa wazazi wako?"

Badala ya kujibu, Nshomire alijiinamia huku akilia.

Ukwaju akamwambia, "Mimi si mtabiri, lakini ninachosema ni kuwa inawezekana kuwa hayo majonzi ya wanao ulionayo, ni sawasawa na majonzi wazazi wako walionayo kwako. Rafiki yangu, kumbuka thamani na umuhimu wa wazazi katika Ontolojia ya Kiafrika na mila zetu; au mwenzangu huelewi umuhimu wa radhi za wazazi?"

"Ninaelewa sana radhi za wazazi."

"Unaamini kuwa radhi za wazazi zinaweza kukuneemesha au kukuangamiza?"

"Ninaamini hivyo."

"Kwa kuwa na mimi ninaamini hivyo, nimekuwa nikidhani kuwa inawezekana matatizo yako yanatokana na kutokuwa na radhi za wazazi wako. Lakini, pia inawezekana kuwa kitaalamu kuna sababu zinazofanya mzae watoto wenye kasoro."

"Unanishauri nini?"

"Nakushauri kufanya mambo mawili; kwanza, mkapime afya zenu hospitali, huenda watoto walemavu mnaowapata wanatokana na maumbile yenu. Pili, kamzuru baba yako na kaburi la mama yako, kama hauwezi, basi mkaribishe baba yako nyumbani kwenu; la sivyo, utazidi kuwa kama mtu anayepepeta kwa ungo wenye matundu."

Nshomire ambaye alikuwa amejiinamia, aliinua uso wake, akasema akigugumia, "Ndugu yangu Ukwaju, hakika umenizindua, ninakubaliana na wewe kuwa inawezekana matatizo niliyonayo yanatokana na radhi za wazazi wangu."

"Vyema, hujachelewa, fanya haraka ukaombe radhi, kama utapenda mimi nitakusindikiza."

Nshomire aliunga mkono ushauri huo lakini alikuwa na wasiwasi kama Angela atakubali kwenda Nyakibimbili na pia kama Byabato atakubali kuwapokea na kumpa radhi.

Ukwaju alimshauri kwanza azungumze na Angela akisharudi Dar es Salaam, kisha atafute swahibu wa baba yake azungumze kwa niaba yake.

Angela aliunga mkono wazo la kwenda Nyakibimbili, lakini kwa kuwa ilikuwa siyo safari ya kawaida, "Itakuwa vema uende na Ukwaju, mimi tutafuatana baada ya kufungua njia."

Nshomire alimshawishi Kashinde, rafiki wa tangu utotoni na Byabato, awe kiongozi wa msafara wao na azungumze kwa niaba yake.

Walifika Bukoba kwa ndege, kisha wakakodi gari kwenye kampuni ya magari ya kukodi ya mjini hapo, wakaelekea Nyakibimbili. Walimkuta Kashinde anawasubiri; wakafuatana naye kwa Byabato.

Walimkuta Byabato amekaa kwenye kizingiti cha kibanda chake; mkongojo wake ulikuwa upande; mbele yake kulikuwa kumeanikwa matandiko yake. Aliwapokea bila kuwaangalia usoni kwani alikuwa haoni vizuri lakini alimaizi sauti ya Kashinde.

"Kashinde, imekuwaje umeniletea wageni bila kuniarifu?"

Kashinde akajibu, "Samahani mzee mwenzangu, siyo wageni bali ni mwanao Nshomire na rafiki yake."

"Tafadhali usinisimange na kuzidi kunisosonesha kwa kutaja jina hilo ambalo lilikwishafutika akilini mwangu. Kwangu mimi, Nshomire ni marehemu kama walivyo wanangu waliolala kwenye yale makaburi." Alisema huku akielekeza mkongojo wake kwenye eneo la makaburi ya wanaye.

Nshomire alimwendea, akampiga magoti huku akilia, "Ni mimi Nshomire, kitinda mimba wako, niko hai baba yangu, nimekuja kukuomba msamaha, niko chini ya miguu yako, tafadhali niwie radhi baba yangu." Alimpa mikono yake ili wasalimiane, Byabato alimsusia, badala yake alimtemea mate usoni.

Aliinua mkongojo wake kwa hasira ili aingie ndani, Kashinde akamzuia kwa kushika mkongojo huo, akasema, "Mzee mwenzangu, ninakuelewa, lakini sikubaliani na uamuzi wa kututelekeza mbele ya nyumba yako. Unajua kuwa nimekuwa karibu yako katika shughuli zako zote, njema na mbaya; hata mimi nimekuwa nikimlaumu Nshomire lakini alipokuja kuniona, nilimtega sikio, nikaunga mkono uamuzi wake wa kuja kukuomba msamaha; nakuomba na wewe umtege sikio."

"Unaunga mkono huyo zumbukuku?

"Mzee mwenzangu, ninakubaliana nawe kuwa Nshomire alikukosea"...

Byabato alimkata kauli, "Siyo mimi pekee, hata mama yake alikufa akiwa na majonzi."

"Yote ninayeelewa mzee mwenzangu, lakini yaliyopita si ndwele, sasa tugange yajayo."

Byabato aliwaruhusu wakae, akamwambia Kashinde aingie ndani alete vigoda wakalie; kisha akasema, "Nimekubali kumtega sikio Nshomire, ila amekuja kwa ghafla sana, ninataka muda wa kutafakari kama alivyotafakari yeye; tukubaliane siku ya kikao."

Walikubaliana kuwa watakutana baada ya mwezi mmoja. Kabla ya kuondoka, Kashinde alimpa Byabato bahasha; akasema, "Humu mna zawadi ambayo amekuletea mwanao."

"Zawadi gani inawekwa kwenye bahasha?"

"Mna hela ambazo amukuletea mwanao."

"Hela za nini?"

"Mzee mwenzangu, mbona unajitia hamnazo, hujui matumizi ya hela?

"Usizidi kunisimanga, kuna wakati nilihitaji hela, siyo sasa ambapo nimekwisha kuwa kibogoyo na sugu wa dhiki. Sina haja ya msaada wa Nshomire."

Kashinde alimrudishia Nshomire bahasha yake, akamshauri afanye subira kwani baba yake alikuwa bado amemkasirikia. Alimwambia kuwa jambo la muhimu ni kuwa amekubali kufanya kikao ambacho alitumaini kuwa tatizo hilo litapatiwa suluhu.

Siku ya kikao, majirani walimsaidia Byabato kwa maandalizi ya usafi wa nyumbani kwake; kuna waliofagia; wengine wakang'oa nyasi; wengine wakaleta virago, mikeka, vigoda na viti vya wageni.

Kama ilivyokuwa safari ya kwanza, baada ya kutua uwanja wa ndege wa Bukoba, Nshomire alikodi gari wakaelekea Nyakibimbili; wakampitia Kashinde, wakaelekea nyumbani kwa Byabato.

Ziara ya Nshomire na Angela ilikuwa ndio gumzo kubwa kijijini Nyakibimbili; hata watu ambao hawakualikwa katika kikao hicho, walikuwa wakijipitishapitisha ili kumwona Angela. Watu wengine walichungulia kupitia nyufa za uwa wa minyaa uliozunguka kibanda cha Byabato ili wamuone Angela. Hata baadhi ya watu waliokuwa kwenye kikao hicho walionekana wakimtumbulia macho Angela kuliko kufuatilia kwa makini yaliyokuwa yanajiri.

Kashinde alianza kwa kusema, "Hakuna binadamu aliyekamilika, sote tuna dosari na sote tunafanya makosa; lakini la muhimu ni kuwa pindi mtu anapotanabahi kosa lake, akaomba msamaha, anastahili kusamehewa; ndio sababu Nshomire amekuja hapa kumuomba msamaha baba yake….."

Byabato akamkata kauli, "Mzee mwenzangu, nadhani unamkosea mama yake Nshomire kwa kunitaja mimi pekee na hali kuna mtu muhimu kuliko mimi katika maisha ya Nshomire, ninasema marehemu Kokubanza ambaye alimuweka tumboni kwa miezi tisa, akamnyonyesha, akambeba mgongoni; mke wangu, Kokubanza alikufa akiwa na majonzi makubwa kuliko mimi."

Kashinde akasema, "Ni kweli, hatuwezi kumsahau marehemu Kokubanza, lakini kwanza msamehe mwanao, kisha tugange suala la mama yake."

"Naomba ieleweke kuwa niko tayari kutoa msamaha lakini baada ya Nshomire kunihakikishia kwa vitendo, siyo kwa kununua kama alivyotaka kufanya safari iliyopita alipokuja na bahasha iliojaa noti."

"Baba yangu naomba uamini kuwa niko hapa kuomba msamaha kwa dhati."

"Nitaamini ukishinda mitihani mitatu ambayo nimekuandalia pamoja na mkeo…."

Kashinde akasemai, "Mzee mwenzangu, kwani mkwe wako anahusikaje na suala hili?"

Byabato akajibu, "Mkewe Nshomire ana makosa kwa sababu kama angekuwa mke mzuri, angemshauri au angemlazimisha mumewe ampeleke kwa wazazi wake, kwani anajua kuwa mumewe hakuzaliwa na mti. Kwahiyo, ili akubalike kwangu, ni lazima ashirikiane na mumewe kufanya mitihani yangu."

Kashinde akasema, "Mtu anapotahiniwa, kuna mawili yanatokea, anashinda au anashindwa; je wakishindwa itakuwaje?"

"Basi hakuna msamaha."

"Mmoja akishinda, mwingine akashindwa, itakuwaje?" Aliuliza Kashinde.

Byabato akamjibu, "Naomba nieleweke, anayeomba msamaha ni Nshomire, ni lazima ashinde mitihani ili asamehewe; ni lazima pia mke wake ashinde mitihani hiyo ili akubalike kwangu."

Kashinde akauliza, "Akishindwa?"

"Ni kwaheri." Alijibu Byabato.

"Maana yake ni nini?"Aliuliza Kashinde.

"Itabidi Nshomire achague kati ya mimi na mkewe."

Wakati mazungumzo hayo yakiendelea, Ukwaju alikuwa anamfasiria Angela ambaye alikuwa anaonekana akitikisa kichwa, yamkini akionesha kuwa alikuwa anaelewa yaliyokuwa yanazungumziwa.

Byabato aliuliza, "Je mko tayari?"

Nshomire alisogelea Ukwaju na Angela wakazungumza, kisha akasema, "Tuko tayari baba yetu."

Byabato akasema, "Mtihani wa kwanza, nataka mchukue mitungi mwende kisimani mkanichotee maji. Mkishatua maji hayo, mtakuwa mmeshinda mtihani wa kwanza; nitawaambia mtihani wa pili."

Walipewa mitungi miwili na kata; kwa kuwa Nshomire alikuwa hakumbuki vizuri njia ya kwenda kisimani, walipewa mtu wa kuwaongoza.

Ukwaju alisimama ili afuatane nao lakini Byabato akamzuia; akamwambia, "Huu ni mtihani wa watu wawili, wewe hauhusiki."

Alipoambiwa hivyo, Ukwaju alimfafanulia Angela matumizi ya kata na mtungi, alimwambia, "Kata ni kiti cha mtungi; utaweka kata kichwani, kisha uteleke mtungi juu ya kata na utashikilia mtungi kwa mikono yako."

Akamuonesha kwa kufanya zoezi la kujitwisha na kutua mtungi; akaweka kata kichwani, kisha Nshomore akamtwisha mtungi; kisha akamwambia Angela ajaribu.

Angela alifanya kama alivyooneshwa, lakini kila alipoweka kata kichwani, iliteleza kwa sababu nywele zake za singa zilikuwa zinateleza. Ukwaju alivua kofia aliokuwa amevaa, akamvisha Angela; walipojaribu tena, kata ilitulia kwenye kichwa cha Angela; akatwishwa mtungi ukatulia kwenye kata na kichwa.Wakati wakifanya hivyo, watu waliokuwa hapo, walikuwa wamewatumbulia macho kama sinema.

Baada ya kufanya zoezi hilo mara kadhaa, Nshomire na Angela walielekea kwenye kisima ambacho kilikuwa bondeni, umbali wa kilomita mbili kutoka nyumbani kwa Byabato.

Wakati wakiteremka kilima hicho, Nshomire alimhadithia mkewe jinsi alivyokuwa akipita njia hiyo mara mbili kwa siku, akienda kuteka maji.

"Ulikuwa na umri gani?"

"Nilianza kuteka maji hata kabla ya kuanza shule ya msingi."

"Ooh Mungu wangu, umri mdogo hivyo, ulifanya kazi ngumu hivyo?" Aliuliza Angela kwa mshangao.

"Watoto wote hapa kijijini walifanya hivyo. Mimi nilikuwa nikichota maji kwa kibuyu"

"Mlifanyishwa kazi mkiwa watoto?"

"Kwa Tanzania na Afrika kwa ujumla, watoto husaidia wazazi wao kazi za nyumbani; kuna wakati tulifuatana na mama zetu shambani au msituni kukusanya kuni wakati mwingine tulikuwa katika makundi yetu ya watoto tukicheza."

"Na mama zenu walipanda na kuteremka kilima hiki kuchota maji?"

"Haswaa, tena wengine walipanda wamebeba watoto mgongoni na mtungi wa maji kichwani."

"Na mama yako alifanya hivyo?"

"Ndio, alifanya hivyo hivyo."

"Ooh Mungu wangu. Amekubeba mgongoni, na mtungi wa maji kichwani?"

"Tena alifanya hivyo baada ya kutoka shambani kulima. Mama yangu aliteseka sana kunilea ndio maana alisikitika nilipomsahau. Ninajisikia vibaya alifariki bila kuagana naye. Mungu amlaze pema peponi."

"Oooh masikini mama yako, natamani ningemuona. Naamini mama atakusamehe huko aliko."

Walifika kisimani wamezungukwa na watoto na watu walioshangazwa na jinsi Nshomire alivyokuwa anazungumza kimombo na mkewe. Wapo wanawake waliomsalimu Angela kwa Kihaya, "*Ma wasibota au Ma wabonaki*," Angela aliishia kuwatabasamia na kuwapepea baada ya kufasiriwa na Nshomire. Watoto waliwapa "Shikamoo", Nshomire aliitikia "Marahaba", Angela aliwatabasamia tu.

Wakiwa kisimani, Angela aliona jinsi wanawake na watoto walivyotumia ndoo iliofungwa kwenye kamba wakichota maji kisimani, akamuuliza mumewe , "Hivi ndivyo watu wote hapa kijijini wanachota maji?"

"Ndiyo hivyo"

"Hakuna bomba la maji?"

"Hakuna. Uzima wa wanakijiji unategemea kisima hiki."

"Ooh Mungu wangu, wanakunywa maji haya?"Angela aliuliza huku akichungulia kwenye kisima hicho.

Kabla Nshomire hajamjibu, akauliza,"Ooh Mungu wangu, hakuna watu wanatumbukia?"

"Nakumbuka nilipokuwa mtoto, kuna mwanamke mmoja aliinama mtoto akatoka mgongoni akatumbukia kisimani."

"Ooh Mungu wangu, alikufa?"

"Ndio, alitolewa baada ya masaa machache amekwisha kufa."

Angela aliinua macho, akajishika kiunoni, akaangalia kilima ambacho alipaswa kupanda huku amejitwisha mtungi wa maji; akamwambia mumewe, "Naona sitaweza kupanda kile kilima nimejitwisha mtungi."

"Itabidi ujitahidi mpenzi wangu; usikate tamaa kabla ya kujaribu. Umeona mwenyewe jinsi wanawake wenzako wanavyopanda kilima hiki wakiwa na mitungi vichwani na watoto migongoni; ninaamini kuwa na wewe utaweza tu, usivunjike moyo."

"Ooh Mungu wangu, sidhani kama nitaweza."

"Inabidi ujitahidi, tena uwe makini mtungi usianguke, kwa kuwa ukianguka, utavunjika."

"Ooh Mungu wangu, utavunjika?"

"Ndiyo, utavunjika kwa sababu umetengenezwa kwa udongo tu wa mfinyanzi."

Walipanda kilima hicho kwa mwendo wa jongoo; walipofika katikati, Angela alishindwa kuendelea; alikuwa ametota kwa jasho mwili mzima; ngozi ilikuwa imegeuka nyekundu kama nyanya mbivu; alikuwa anapumua kama mgonjwa wa pumu. Angela alisema, "Mpenzi wangu, nimechoka sana, naona siwezi kuendelea."

Nshomire alitua mtungi wake, kisha akamtua mtungi Angela; walipumzika huku wakielekeza macho bondeni walikotoka; Angela akauliza, "Umesema kuwa hata mama yako alikuwa akipanda kilima hiki amekubeba mgongoni na mtungi wa maji kichwani?"

"Kama ulivyoona wanawake wenye watoto wakipanda na kuteremka, na mama yangu alifanya hivyo hivyo."

"Ooh Mungu wangu; maisha ya dhiki na baba yako je?"

"Kwa desturi zetu, wanaochota maji ni wanawake na watoto; wanaume wanachimba na kurekebisha kisima; ni mara chache au ni wachache wanateka maji." Nshomire alimjibu.

Alipoona mkewe ameshindwa kuendelea, Nshomire aliamua kumsaidia; akawa anapanda kilima amejitwisha mtungi mmoja, akifika mbele anatua, kisha anarudi nyuma kuchukua mtungi mwingine. Alifanya hivyo mpaka wakafika karibu na nyumbani kwa Byabato.

Alipoona kuwa zimesalia hatua chache kufika, Nshomire alimtwisha Angela mtungi wake ili wamalizie mtihani waliopewa; hakuona kuwa kumbe kofia alioazimwa na Ukwaju ilikuwa upande; kofia iliteleza, mtungi ukaanguka, ukavunjika.

Angela alisema, "Oo Mungu wangu, samahani mpenzi wangu, ni bahati mbaya."

Nshomire akajibu, "Sikulaumu mpenzi wangu."

Walifika nyumbani kwa Byabato, Nshomire amejitwisha mtungi wake na Angela akiwa mikono mitupu. Nshomire alimpigia magoti baba yake, akasema, "Baba yangu, tumejitahidi lakini kwa bahati mbaya mtungi wa mke wangu umevunjika tulipokaribia hapa. Baba yangu, tafadhali fanya huruma."

Byabato alijibu, "Basi kama ameshindwa, inamaanisha kuwa hawezi kuendelea na mtihani mwingine kama nilivyopanga; wewe umefaulu, mkeo amefeli; kwahiyo hakubaliki hapa."

Kashinde akauliza, "Una maana gani mzee mwenzangu."

Byabato akamjibu, "Mke wa Nshomire ameshindwa mtihani wa kukubalika kwangu; kama Nshomire anataka kuendelea na mitihani miwili iliosalia, itabidi kwanza amuondoe mkewe hapa, kisha arudi afanye mitihani mingine."

Kashinde aliwaita Nshomire na Ukwaju, walizungumza kwa muda mfupi; waliporurdi, Kashinde alimwambia Byabato, "Mzee mwenzangu, kijana wetu anakusihi na mimi pia ninakusihi, tafadhali mpe mkewe fursa nyingine, afanye mtihani wa pili."

Byabato akajibu, "Kwa heshima yako, ninakubali afanye mtihani wa pili." Watu wote walipiga makofi.

Byabato alifungua vikwasi viwili vilivyokuwa kwenye kitogi cha shati lake, akampa Nshomire; akamwambia, "Mtihani wenu wa pili, ni kunitoa funza; utanitoa funza mguu wa kulia na mkeo atanitoa mguu wa kushoto."

Nshomore alimwita Angela na Ukwaju, wakaenda upande wakazungumza; mazungumzo yao yalikuwa marefu kutokana na kuwa Angela alikuwa gizani kuhusu alilotakiwa kufanya.

"Hiki kikwasi nilichopewa ni cha nini?" Aliuliza Angela.

Ukwaju akamjibu, "Hii ni zana ambayo utatumia kufanya mtihani wako wa pili, yaani kumtoa mkweo funza."

"Funza ni nini?" Aliuliza.

Ukwaju akajibu, "Funza ni mdudu mdogo sana ambaye huishi kwenye vumbi na uchafu, hupenda kuingia kwenye visigino, au vidole vya miguu ya binadamu; kuna wakati wanaingia kwenye ncha za vidole vya mikono. Funza akishaingia kwenye kiungo, huvimba taratibu mpaka kufikia ukubwa kama punje ya mtama au jengele ndogo. Mtu mwenye funza huwashwawashwa; utamuona akijikunakuna."

Angela aliangalia kikwasi hicho, kisha akamgeukia Kashinde; akamuomba Ukwaju amsaidie kumfasiria kwa kuwa alikuwa anataka kuzungumza naye.

"Je na wewe una funza?"

"Mimi sina funza,"

"Inakuwaje baba mkwe wangu ana funza na wewe hauna funza, na hali mnaishi pua na mdomo?"

"Jibu ni rahisi, ebu angalia miguu yangu." Alivua viatu na soksi, akamuonesha Angela miguu yake.

Akasema, "Umeona miguu yangu, sasa nenda kaangalie miguu ya Byabato."

Angela aliona haya za kwenda kuangalia miguu ya mkwewe, akasema, "Nimeona kuwa umevaa viatu na soksi, nimeona kuwa miguu yako ni safi, lakini hujaniambia sababu mkwe wangu ana funza na wewe hauna funza na hali ni majirani."

Kashinde akasema, "Inatokana na hali ya maisha; ni nadra miguu yangu kukutana na vumbi kwa kuwa siku zote huvaa viatu; haunawa kwa sabuni na nyumba yangu ni safi; lakini sijawahi kuona mkweo amevaa viatu maishani mwake; asipovaa kanda mbili, basi hupekua."

"Ina maana kuwa mkwe wangu havai viatu?"

"Siyo hilo tu, hata kibanda chake ni mahali pazuri pakuzaliana funza."

"Ooh Mungu wangu, amekuwa akiishi hivyo?"

"Huo ndio ukweli; ndio sababu tumekaa nje, badala ya kutupokelea ndani ya nyumba."

"Ina maana kuwa ana funza wengi miguuni?"

"Bila shaka ni wengi, sijui kama umeona anavyojikuna, pale upande ana jiwe ambalo anatumia kujikuna."

"Mbona ana vikwasi, kwanini hawatoi?"

"Hawezi kujitoa funza kwa kuwa haoni vizuri. Aghalabu huwaomba watu wanaomtembelea au watoto wanaopita wamsaidie kutoa fuza; lakini tatizo ni kuwa akitolewa funza mmoja, wanaingia wengine wawili."

"Kwanini?"

"Kwa sababu ya uchafu; silaha ya kupiga vita funza ni usafi na nyezo kubwa ya usafi ni maji lakini hapa kwa mzee mwenzangu, maji ni adimu; hana nguvu za kwenda kisimani kuchota maji; maisha yake yalibadilika baada ya mkewe kufariki. Wazee wengine husaidiwa na wajukuu zao, mzee mwenzangu hana hata mjukuu mmoja."

"Kumbe!" Angela alikaa kimya kwa mashangao, kisha akasema, "Lakini mimi sijawahi kutoa funza, wala sijaona funza; unadhani nitaweza kutoa funza?"

Ukwaju akamjibu, "Tutakuonesha utakavyofanya?"

"Je hataumia?"

"Ataumia kidogo." Ukwaju alijibu.

"Kwa nini haendi hospitali?"

"Ha ha ha" Kashinde alicheka.

"Kwanini unacheka"

Kashinde akamjibu, "Hospitali hawatoi funza. Funza si ugonjwa. Funza hutolewa nyumbani kwa kikwasi."

"Ooh Mungu wangu, anatolewa funza bila kupiga ganzi?"

Ukwaju akamjibu, "Hakuna ganzi, utachana ngozi taratibu kwa kikwasi, kisha utafinya mpaka funza atoke. Ikitokea funza akapasuka, basi itabidi ufinye sana mahali hapo ili uchafu wote utoke, kisha utumie vidole kuchomoa ngozi yake."

"Ooh Mungu wangu, sidhani kama nitaweza."

"Jitahidi, haihitaji utaalamu; kila mmoja hapa anajua kutoa funza, tena watoto ndio hodari sana kwa kuwa wanaona vizuri. Usiogope Angela, utaweza tu." Ukwaju alimtoa woga.

Hatimaye Angela alipiga moyo konde; alikwenda pamoja na Nshomire, wakakaa kwenye vigoda; Byabato alinyoosha mguu wa kulia akauweka kwenye mapaja ya Nshomire, mguu wa kushoto akauweka kwenye mapaja ya Angela.

Ukwaju alikaa karibu ya Angela akamuonesha funza; akahesabu, "Moja, mbili, tatu, nne, tano, sita saba…" akapiga kelele, "Ooh Mungu wangu, mbona ni wengi?"

Byabato akamjibu, "Wewe toa unaoweza, hata kama ni mmoja."

"Bila kuosha miguu?" Aliuliza Angela.

Byabato alijibu, "Maji ni adimu hapa kwangu, siwezi kuyaharibu kwa kunawa miguu."

"Ooh Mungu wangu, halafu hizi kucha, mbona zimechomoza kama meno ya ngiri?

"Byabato, akamjibu, "Usijali kucha, wewe toa funza tu."

"Bila kuvaa glavu?"

"Mama, acha deko lako hapa." Byabayo alisema.

Angela aliangalia jinsi Nshomire alivyokuwa anafanya, naye akaigiza; alipochoma kikwasi, Byabato alipiga yowe, "Ooh mbona unaniumiza?"

"Pole" Alisema Angela.

Alijaribu tena, akachoma kikwasi kwenye funza ambaye alikuwa na ukubwa kama punje ya dengu, akamtoboa; mara aliona mayai ya funza yaliyochanganyika na damu na usaha vinatoka, akapiga mayowe, "Ooh Mungu wangu...." Alitapika, akatapika, akatapika.

"Siwezi kuendelea, nimeshindwa, nimeshindwa kabisa, nimeinua mikono." Alisema akitikisa kichwa, machozi yakimtoka.

Nshomire alisimamisha kutoa funza baba yake, akamuendea mkewe, akamkumbatia huku akimpangusa matapishi na machozi kwa shufaka, akamwambia, "Samahani sana mpenzi wangu, moyo wangu unavuja damu kutokana na yanayokupata; yote yanatokana na makosa yangu; naomba uniwie radhi."

Kisha akamkabili baba yake, akapiga magoti, akasema, "Baba yangu, umeona jinsi mke wangu alivyojitahidi kufanya utakayo, lakini ameshindwa. Tafadhali baba....."

Byabato alimkata kauli, "Unayosema yote, yanaingilia sikio la kushoto na kutokea sikio la kulia; umeniomba nimpe fursa nyingine, nikampa; sasa sina la ziada, ameshindwa mtihani wa pili."

"Sasa nifanye nini baba yangu?"

"Uamuzi ni wako; mkeo ameshindwa mtihani wa kumfanya akubalike kwangu, inamaanisha kuwa hakubaliki hapa."

"Naomba niruhusiwe kufanya mitihani iliyosalia kwa niaba ya mke wangu." Alibembeza.

Byabato alimjibu,"Haiwezekani, nimekwisha sema kuwa kama angekuwa mke mzuri, angekushauri au angekuomba umkutanishe na wazazi na jamaa zako. Hata kama unajuta, hata kama utasamehewa; bila mke mzuri, mambo yatasalia kama yalivyo."

Ukwaju alimjulisha Angela uamuzi wa baba mkwe wake. Wote wanne walijumuika katika kikao kifupi ambacho kilionekana kuwa kiliongozwa na Kashinde.

Baada ya mazungumzo yao, Nshomire alirudi kwa baba yake akapiga magoti; akamuambia, "Baba, ninasikitika kwa yaliotokea na ninaelewa uchungu ulionao na mimi ninajuta kwa niliotenda; ninaomba muda wa kutafakari."

Sura ya Tano
Mchumba Kaka

Nyasatu alipohitimu elimu ya msingi, katika Shule ya Msingi ya Nyamongo, hakufaulu mtihani wa taifa wa kuendelea na elimu ya bure ya sekondari iliogharamiwa na taifa. Jambo hilo lilimsikitisha sana Kingiri, baba yake, lakini hakuvunjika moyo. Aliamua kumuelimisha binti yake katika shule za binafsi kwa kutumia rasilimali pekee aliyokuwa nayo ya ng'ombe na kilimo cha pamba.

Msimamo huo ulikuwa kinyume na itikadi ya mahafidhina wa Kikurya akiasi kwamba wapo waliomkejrli kwa siri na kwa dhahiri kwa uamuzi huo wakisema kuwa alikuwa anajisababishia umasikini kwa kupunguza idadi ya ng'ombe wake. Wapo walioona kuwa alikuwa anapoteza mali yake kwa kumuelemisha msichana kwa mantiki kwamba hatimaye atakuwa na manufaa kwa familia atakakoolewa kuliko alikozaliwa.

Wapo waliomuona punguani alipokataa kishika uchumba cha ng'ombe watano ingawa familia ya kijana ilikuwa tayari kusubiri mpaka Nyasatu atakapofikia umri wa kuolewa. Msimamo wa Kingiri ulikuwa kwamba Nyasatu, atachagua mwenyewe mume ampendaye wakati atakapokuwa tayari kuolewa.

Kingiri aliziba masikio, akatekeleza azima yake ya kumuelimisha Nyasatu. Alipiga hesabu akaona kuwa kutokana na idadi ya ng'ombe aliokuwa nao na mavuno ya pamba ya kila mwaka, atamudu gharama za elimu ya Nyasatu. Alifanya juhudi mpaka Nyasatu akapata nafasi katika shule ya sekondari binafsi ya Lake, mjini Mwanza.

Alianza kwa kuuza ng'ombe wawili ili apate karo na mahitaji mengine ya mwanafunzi anayeingia kidato cha kwanza.

Kwa kuwa shule hiyo haikuwa na mabweni, ilibidi Kingiri atafute mahali salama ambako mwanaye ataishi mjini Mwanza. Alifanikiwa kumshawishi Bhoke, binti ya jirani yake kijijini Nyamongo, ambaye alikuwa anafanya kazi katika kiwanda cha majembe cha mjini Mwanza aishi na mwanawe.

Bhoke alikubali kuishi na Nyasatu katika vyumba viwili alivyokodisha katika nyumba ambayo alikuwa anachangia na wapangaji wengine katika eneo la Mabitini. Kingiri aliahidi kuwa atachangia gharama za maisha kwa kuwatumia vyakula kutoka Nyamongo.

Siku Nyasatu alipoondoka Nyamongo kuelekea Mwanza, Kingiri alimuaga kwa kumuusia, "Mwanangu nimekubali lawama za watu wa Nyamongo kwa kuwa ninataka upate elimu ambayo ni ufunguo wa maisha yako. Huko unakokwenda, uwe macho na vishawishi vya vibaka wanaoweza kukuvurugia elimu. Mashallah, Mungu amekutunukia uzuri, lakini ikiwa hautakaa chonjo, uzuri huo unaweza kukusababishia dunia ikakuwia chungu."

Nyasatu alimjibu, "Ninakushukuru kwa uamuzi uliofanya kwani hata mimi natambua kuwa umejitoa muhanga kwa kutetea haki zangu. Umepuuza watu ambao bado wanang'ang'ania mila potofu zinazomkandamza mtoto wa kike. Nitafanya juu chini waone kuwa umefanya uamuzi wa busara."

Kingiri akamwambia, "Na mimi nitafanya juu chini nikuelimishe; ikibidi nitaosha vyoo mradi upate elimu. Zawadi nzuri na urithi mzuri wa kujivunia ambao nitakuachia, ni elimu."

Bhoke alinufaika kwa kuishi na Nyasatu kwani alimpunguzia gharama za matumizi ya nyumbani. Kila siku ya Jumamosi, Nyasatu na Bhoke walikwenda kwenye kituo cha mabasi kupokea mahindi au mikungu ya ndizi au viazi vitamu au mchele kutoka kwa Kingiri. Kuna wakati walipokea nyama ya kubanika na magunia ya mkaa.

Nyasatu alipendwa na walimu wake kutokana na utulivu na bidii yake katika masomo. Kinyume na wasichana wengi,

Nyasatu alikuwa hodari katika masomo ya sayansi na hesabu. Alishika nafasi nzuri katika mitihani ya majaribio ya kila mwezi na hata katika mitihani ya kila muhula.

Habari hizo zilimfurahisha Kingiri; alijitapa kijijini Nyamongo akisema kuwa juhudi zake zilikuwa zinazaa matunda. Lakini wapo watu walimuona kama mwenda wazimu kutokana na jinsi alivyopanga kuuza ng'ombe wake mpaka Nyasatu atakapohitimu.

Siku moja akiwa harusini, Kingiri alitoleana maneno na Mwita alipomlaumu kwa kususia kishika uchumba cha Nyasatu, alimwambia, "Bila shaka umeona manufaa ya kuzaa wasichana; na wewe ungepata ng'ombe kama aliopata jirani yako leo. Badala ya kuongeza ng'ombe wako, mwenzetu unawapunguza, eti unamuelimisha binti yako, utakufa masikini…."

Kingiri alimjibu kwa hasira, "Tafadhali usiingilie maisha yangu; nikifilisika usinisaidie, nikikwama usinikwamue. Ninakufahamisha kuwa binti yangu si kitega uchumi au bidhaa. Mtasema mtachoka, Kingiri sitetereki."

Jinsi umri wa Nyasatu ulivyopanda, ndivyo na uzuri wake ulivyongezeka; alivutia macho kama asali ivutiavyo nyuki; hata wasichana wenziye walimhusudu kwa uzuri wake.

Jinsi alivyopendeza, ndivyo alivyopata vishawishi vya kila namna; wanaume wa kila rika, tangu wanafunzi wenziye mpaka watu wazima waliokuwa na umri kama Kingiri, walimzengea na kumtongoza.

Nyasatu alipiga kisogo vishawishi alivyooneshwa na vitu alivyopewa kwa kuamini kuwa vilikuwa viini macho. Kila mara alikumbuka wosia wa baba yake wa kukaa chonjo na vibaka wanaoweza kumvurugia elimu.

Akiwa kidato cha tatu, siku moja, Bhoke alimwambia, "Mdogo wangu nimekuletea habari nzuri."

"Ebu niambie, ni habari ipi?"

"Maisha yetu yamebadilika."

"Je umeshinda bahati nasibu?"

"La hasha nimepandishwa cheo na mshahara umeongezeka maradufu."

"Mungu asifiwe."

"Kutokana na mabadiliko hayo na maisha yetu yatabadilika."

"Mungu asifiwe, kwa vipi?"

"Tutaachana na maisha ya kuchangia choo, bafu na jiko na wapangaji wengine. Tutaachana na mikwala ya mwenye nyumba ya kutupangia saa za kuwasha na kuzima taa na kutuzuia kutumia pasi ya umeme eti tunatumia umeme mwingi. Tutaachana na kelele za vyumbani; mtoto akilia usiku, hatulali; mume na mke wakikorofishana usiku, hatulali; sisemi vitanda vya teremka tukaze vikianza kulalamika usiku wa manane."

"Mungu asifiwe."

"Tutahamia Capri Point, eneo wanakoishi wazito; nimepata nyumba kubwa, yenye umeme, maji na bustani. Utakuwa na chumba chako kikubwa nami na chumba changu na vyote vina samani mpya za kisasa na za kutosha.

"Eeeh dada, tutakuwa wa kwanza kuvuta upepo kutoka ziwa Victoria…."

"Ha ha ha ha, wakazi wengine wa Mwanza watavuta makombo yetu…"

"Pia nitapata mahali tulivu pa kufanyia kazi ambazo ninapewa shuleni na kuongeza masaa ya kusoma usiku kwa kuwa hatutapangiwa tena saa ya kuzima taa."

"Mbona husemi kuwa tutaanza kupika kwa jiko la umeme?"

"Yaani tunaachana na masizi na kusugua masufuria?"

"Pia tutaachana na wavuta mikokoteni waliozoea kutubebea magunia ya mkaa kutoka kwa Kingiri."

"Mungu asifiwe, baba atapumzika kututumia mkaa wa kila wiki."

"Nadhani atapunguza hata kututumia nyama iliobanikwa"

"Kwa nini?"

" Nyumba hiyo pia ina friji…."

"Yaani, si lazima baba kuendelea kututumia nyama ya kubanika?"

"Tutakula nyama ya kubanika tukiwa na hamu nayo tu."

"Mungu asifiwe."

Baada ya kuhamia Capri Point, Nyasatu alianza kuona Marashi, bosi wa Bhoke, anatembelea hapo kila jioni. Alikuta Bhoke amemtayarishia chai au vinywaji katika friji. Akiwa hapo, Bhoke alimuhimiza Nyasatu amhudumie na azungumze naye wakati yeye akiendelea na shughuli nyingine.

Bhoke hakukosa kisingizio cha kazi ya kufanya ili Nyasatu abaki sebuleni akizungumza na Marashi; kuna wakati alisema kuwa anapika, au anapiga pasi, au anapiga deki na kuna wakati alitafuta kisingizio cha kutoka nyumbani akawaacha pekee yao.

Siku moja, baada ya Marashi kuondoka, Bhoke alimwita Nyasatu akionesha hali ya taharaki; Nyasatu alipomtazama alimuuliza, "Imekuwaje dada Bhoke, mbona wanitisha, je umekorofishana na bosi wako?"

"Mimi nimekorofishana naye, au wewe ndiye uliyekorofisha kila kitu?"

"Mimi, kwa vipi?"

"Umefanya nini sasa?"

"Sijafanya kitu."

"Hujafanya kitu?"

"Ndiyo"

"Hujamuudhi Bosi Marashi wewe?"

"Mimi, sikuelewi unajua"

"Hunielewi kwa vipi? Mbona bosi ametoka hapa amekasirika?"

"Amekasirika? Labda ni kwa sababu ameniambia nimuoneshe matiti, nikakataa."

"Halafu"

"Alipopandisha gauni langu, nikamshika mkono."

"Alaa, kwa nini? "

"Alipotaka kunibusu, nikamsukumia mbali."

"Funga mdomo, hauna haya, unaniambia kuwa umekataa…"

"Siyo hayo tu, pia alikuwa ananitomasa matiti…"

"Pia umekataa?"

"Ndiyo…"

"Hivi wewe ni punguani? Una akili au hauna akili?"

"Nina akili timamu, mimi nimemstahi, atanishakaje matiti, aanze kunibusu, apandishe gauni langu? Yule si ana umri sawa na baba yangu? Si bosi wako? Kataa, sio bosi wako? Ananitembelea mimi au wewe?"

"Achana na mambo ya ubosi na umri; unamstahi kwani alikuzaa?"

"Lakini niambie ni kosa gani nimefanya?"

"Unaniuliza swali hilo kwani wewe ni zezeta?"

"Sijakuelewa dada Bhoke."

"Hujanielewa nini? Unadhani ni kwanini huwa ninakuacha sebuleni pamoja naye?"

"Nilidhani ni kwa sababu unakuwa na shughuli nyingine."

"Achana na fikira za kitoto, sasa nataka nikutobolee; Bosi Marashi anakutaka, je huyaoni?

"Asante kwa kuniambia, lakini mbona haja…"

Bhoke alimkata kauli, "Ingawa nilikwisha kuonesha kwa vitendo, sasa ninakwambia kwa maneno, Bosi Marashi ni mtu mzima, usitarajie kuwa atakuijia kama kijana mwenziyo na vijimaneno vya kukupambapamba na vizawadi vya ovyo ovyo…"

"Lakini dada, mbona sijapanga kuanza mapenzi na mtu yeyote tena mtu mwenyewe ana umri kama baba yangu?"

"Neno mapenzi umesema wewe, mimi nimesema anakutaka. Hivi umri ulionao bado unajiona mtoto mdogo? Bosi Marashi hana haja ya kukuoa au mapenzi ya wazi; anataka kidosho wa kumstarehesha na yeye amstareheshe."

"Lakini na wewe ni kidosho; pia unaweza kufanya shughuli hiyo."

"Mimi nimekwishavuka rika atakalo Bosi Marashi, kwani hujasikia neno dogodogo?"

"Kumbe ni kweli, ibilisi wa mtu ni mtu; sikuamini kama unaweza kunishauri kufanya kitendo hicho na hali unajua kuwa lengo langu na baba yangu ni elimu. Nataka nielimike, nipate kazi kama wewe."

"Kama mimi, Je? unajua maisha niliopitia? Labda na mimi niliyapitia mpaka nikafika hapa. Sikiliza, mdogo wangu, nakusihi usijitoe asali kinywani. Bosi Marashi ana mke na watoto wake, anachotaka ni kwamba akija hapa mzungumze, mcheke, umliwaze moyo wake, umpe vitu motomoto ambavyo havipati kwa mkewe, wewe damu bado inachemka unajua tena….."

"Aniharibie maisha…"

"Akuharibie maisha, kwani atakung'ata, au atakuchoma kisu au kukupiga rungu?"

"Kumbe, nimeng'amua…."

"Umeng'amua nini? Ungeng'amua, usingemsumbua Bosi Marashi mpe…"

"Lakini.."

"Lakini nini? Ebu nikutobolee; mimi na wewe, tuko katika nyumba hii kwa sababu ya fadhila za Bosi Marashi. Siyo kweli kuwa nina mshahara ambao unaweza kunifanya nimudu nyumba hii na matumizi ya juu tulionayo. Gharama zote za nyumba hii anatoa Bosi Marashi kwa sababu yako wewe. Amenitumia mimi kama chambo cha kukupata wewe; tafadhali usiniangushe."

Nyasatu alijiinamia kimya, kisha akainua uso akamtazama Bhoke; akasema, "Umeniuza!"

"Nimekuuza kwani wewe ni bidhaa? Usiwe na wasiwasi wa elimu yako, ikibidi Bosi Marashi atakusaidia; ana fedha kama jungu. Lakini na wewe, kidhi haja yake; ni siri ya hapa ndani."

Walimu na wanafunzi wa shule ya Lake walishangazwa na jinsi maisha ya Nyasatu yalivyobadilika; alivaa saa ya thamani ambayo hata walimu wake walikuwa hawawezi kumudu; alibadili simu ya mkononi kufuatana na jinsi simu zilivyoingia kwenye soko; ipo siku alijisahau akaenda shuleni amevaa mkufu wa dhahabu, mwalimu akamkumbusha kuwa wanafunzi hawaruhusiwi kuvaa mikufu shuleni.

Kwa upande mwingine, walimu walishangazwa na jinsi maendeleo yake darasani yalianza kuzorota. Mwalimu wa darasa alimwita ofisini ili ajue kinachosababisha uzembe huo; akamwambia, "Nimekuita kwa kuwa sifurahii maendeleo yako darasani; maendeleo yako ya sasa ni kinyume na miaka iliyopita. Haukuwa mtoro shuleni, sasa utoro ni kawaida; haukuwahi kuja darasani bila kumaliza kazi uliopewa kufanyia nyumbani, sasa ni kawaida; kuna wakati nakuona unasinzia darasani. Niambie ukweli, ni kitu gani kimekubadili?"

Nyasatu alijibu," Ninajisikia ninaumwa."

"Unaumwa nini?"

"Najisikia vibaya tu."

Mwalimu akamwambia, "Kutokana na sifa zako, bila shaka hata mwalimu mkuu anaweza kukusaidia kupata matibabu kwani wewe ni katika wanafunzi ambao shule inategemea kuongeza sifa zake kwa kuwa una uwezo wa kupasi mtihani wa taifa kwa maksi za juu."

Nyasatu alinyamaza huku akipigapiga kalamu kwenye midomo yake; akasema, "Ni ugonjwa wa siri; wazazi wangu wananisaidia."

Wiki chache baada ya kuhojiwa na mwalimu wake, Nyasatu alikamatwa akiangalia picha za mapenzi kwenye simu yake wakati mwalimu anafundisha. Mwalimu alimnyang'anya simu hiyo na akamtoa nje ya darasa.

Mwalimu mkuu aliamua kumsimamisha shule na kushikilia simu yake mpaka atakapomleta mzazi au mlezi wake.

Alipomjulisha Bhoke mkasa uliompata, Bhoke alimwambia, alimwambia, "Ala ala, usithubutu kumjulisha Kingiri, atatumaliza."

"Kwa vyovyote vile habari hizi zitamfikia, nifanye nini?

"Tulia. Tutamuomba Bosi Marashi akusaidie."

"Kwa vipi?"

"Kwani mwalimu mkuu anamjua baba yako au mlezi wako?"

"Hapana, wala sijasikia baba anasema kuwa aliwahi kufika Mwanza."

"Ahaa, tutamuomba Bosi Marashi aende shuleni kama nduguye baba yako; atajitambulisha kama mlezi wako hapa Mwanza; bila shaka atayamaliza."

Marashi alifuatana na Nyasatu kuonana na mwalimu mkuu. Mwalimu mkuu alieleza masikitiko yake kuhusu kuzorota kwa maendeleo ya Nyasatu na kosa alilofanya.

Marashi aliomba radhi na akamkalipia Nyasatu mbele ya mwalimu mkuu, akasema, "Siwezi kuvumilia tabia hiyo. Kuanzia leo ni marufuku kwenda shuleni na simu na nitahakikisha kuwa unafanya kazi unazopewa shuleni. Umenielewa?"

"Nimekuelewa....."

"Piga magoti, uombe msamaha." Alifoka Marashi.

Nyasatu alitii, akasema, "Naomba msamaha na ninaahidi kuwa nitajikosoa."

Mwalimu mkuu akasema, "Ni vizuri kuwa umeahidi kumchukulia hatua, lakini ili nidhibiti nidhamu shuleni, itabadi nimchukulie hatua ili awe mfano kwa wanafunzi wengine. Nilitaka kumsimamisha shule kwa wiki mbili, lakini kutokana na ushirikiano ulionithibitishia, nimepunguza adhabu hiyo kwa wiki moja. Ninategemea kuwa atakaporudi, atakuwa amejirekebisha."

Wakati akitekeleza adhabu hiyo, Bosi Marashi alimnunulia tiketi ya ndege, akasafiri naye katika safari yake ya kikazi ya Dar es salaam.

Miezi miwili baada ya kutoka Dar es salaam, Nyasatu alianza kudhoofika; alikuwa na vichomi tumboni; alipoteza hamu ya kula; alikuwa na kichefuchefu na kizunguzungu. Siku moja alitapika darasani, akaruhusiwa kwenda nyumbani.

Wiki moja baada ya kutapika darasani, alianguka uwanjani akicheza netiboli; wanafunzi wenzake walipigwa na mshangao kwani hakugongana na mchezaji mwingine wala kusukumwa. Alipelekwa hospitali ya Seko Toure akiwa hajitambui.

Alizinduka akiwa wodini; upande wa kulia wa kitanda chake, kulikuwa na chupa ya dripu iliotungikwa na milija kutoka kwenye chupa hiyo ilikuwa imeunganishwa na sindano iliochomekwa kwenye mshipa wa mkono wake; Bhoke alikuwa amekaa karibu na tendegu la kitanda hicho; alimjulisha jinsi alivyofika wodini.

Aliporuhusiwa kutoka hospitali, waganga walimwambia kuwa majibu ya vipimo vyake yametumwa kwa mwalimu mkuu.

Alipokwenda shule, mwalimu mkuu alimwambia kuwa amepokea majibu kutoka hospitali lakini atamjulisha akiwa na mzazi au mlezi wake.

Kama alivyofanya mara kwanza, Nyasatu alifuatana na Marashi kupewa majibu ya hospitali. Mwalimu mkuu alimwambia Marashi, "Nimemtaka Nyasatu aje na mzazi au mlezi wake kwa kuwa matokeo ya vipimo vya hospitali ni mabaya."

Marashi alirukia, "Ma..ma..maba..mabaya, kwa vipi?"

"Subiri nikusomee taarifa ya hospitali, mkojo wake umeonyesha kuwa ana......"

Marashi alirukia kwa kiwewe tena, "Niambie mwalimu mkuu, je ana magonjwa ya zinaa?"

Mwalimu mkuu akasema, "Tafadhali tulia, unayodhani siyo..."

Marashi akasema, "Ni nini, je ana ukimwi?"

Mwalimu mkuu alisema, "Vipimo vimeonesha kuwa licha kupungukiwa damu, Nyasatu ana mimba changa."

Nyasatu aligeuka kama kitoto cha paka kilichonyeshewa mvua, alitetemeka; alipoonesha dalili za kuanguka, mwalimu mkuu alimweka kwenye kiti, akaagiza aletewe maji ya kunywa.

Marashi pia aliomba maji ya kunywa; kisha akasema, "Sasa tufanye nini?"

Mwalimu mkuu akajibu, "Hakuna la kufanya; maji yamekwisha mwagika, hakuna jinsi ya kuyazoa; nimewajibika kuchukua uamuzi wa kumfukuza shule Nyasatu."

Habari hiyo ilipomfikia Bhoke, alisema, "Kingiri akipata habari hizi, asipojimaliza, atatumaliza."

Nyasatu akamjibu, "Nimetambua kuwa ni kweli kwamba asiyesikia la mkuu huvunjika guu; laiti ningezingatia wasia wa baba aliponionya kuwa niwe macho na vibaka wa mapenzi, haya yasingenipata. Hakuna tashwishi kuwa fedheha niliomsababishia baba haivumiliki."

Bhoke alishauri wazungumze na Bosi Marashi ili awasaidie kutoa mimba hiyo kisha amtafutie shule nyingine amalizie masomo yake, "Kwa kuwa bado mimba ni changa, inaweza kutolewa bila kuhatarisha maisha yako."

Nyasatu alijibu, "Aka, siwezi kuthubutu kwani nimekwishaona wasichana waliokufa wakitoa mimba."

Bhoke alimjibu, "Wala usiogope, kwani hata mimi nimekwisha toa mimba kadhaa; ninajua wanawake wengi ambao walitoa mimba. Nitazunguma na daktari ambaye alinisaidia kutoa mimba; usiwe na wasiwasi, Bosi Marashi atayamaliza."

Siku hiyo Marashi hakufika hapo nyumbani; siku iliofuata pia hakufika; baada ya siku tatu, Nyasatu alimpigia simu, lakini simu yake haikupokelewa. Alijaribu mara kadhaa, ikawa vivyo hivyo.

Bhoke alipotoka kazini, Nyasatu alimuuliza, "Hivi Bosi Marashi anakuja kazini?"

"Kwanini unaniuliza hivyo?"

"Huoni kama amenitelekeza, leo ni siku ya tatu hakanyagi hapa; leo nimempigia simu mara kadhaa lakini hapokei; nimemtumia ujumbe kwenye simu yake, hajanijibu."

Bhoke akasema, "Bosi Marashi yupo, nimemuona akipitapita kazini, lakini kama ujuavyo ni mtu wa shughuli nyingi; hatulii mahala pamoja."

"Mimi ninahisi kuwa Marashi hapokei simu makusudi kwa kuwa ananikwepa; hebu nipe simu yako nimpigie, tuone kama hatapokea."

Alipompigia simu kwa kutumia simu ya Bhoke, Marashi alipokea; Nyasatu akamwambia, "Vipi mpenzi mbona hupokei simu yangu?"

"Ni kutokana na kazi nyingi, tena sema haraka kwa kuwa sina muda."

"Vipi mpenzi mbona unajibu hivyo?"

"Nimesema sina muda wa kuzungumza, eleza shida yako."

"Ninataka tuzungumzie huu mkasa ulionipata; unajua kuwa nimefukuzwa shule kwa sababu nina mimba yako."

"Una uhakika na unayosema?"

"Nina uhakika kwani haya ni matokeo ya safari tuliokwenda pamoja Dar es salaam."

"Ahaa, wakati ulinifuata kutumbua maisha; pamoja na hayo, ninalouliza ni kuwa nitahakikishaje kuwa ni mimba yangu?"

"Ah mpenzi, siamini kuwa unaweza kunitilia mashaka na hali yote haya ulinifundisha wewe; umesahau kuwa wewe ndiye ulinibikiri? Tangu wakati huo, sijafanya mapenzi na mtu mwingine ila wewe. Sasa maji yamenifika shingoni unaniruka?." Nyasatu alikuwa analia.

Marashi alimjibu kwa ukali, "Kula ni kulipa; yaliotokea ni bidhaa ya vitendo vyako. Nilikustarehesha; nilikulipia kodi ya nyumba; nilikupandisha ndege; ulilala katika hoteli za fahari; je kuna biashara isiyokuwa na faida?"

Nyasatu alinyamaa huku akitokwa machozi, akasema, "Lakini mpenzi…"

Marashi alimkata kauli, "Lakini nini? Tena ninakuonya usithubutu kumwambia mtu yeyote kuwa mimi ndiye nilikutia mimba hiyo. Ukithubutu kufanya hivyo, ninakuhakikishia kuwa nitakuondoa duniani; kumbuka kuwa nina uwezo wa kufanya hivyo." Alikata simu.

Nyasatu aligeuza uso akamtazama Bhoke, naye akamtaza; walitazamana kama majogoo yanayopigana.

Mwenye nyumba alipokuja kuwajulisha kuwa ilikuwa imepita miezi miwili bila kodi ya nyumba kuwekwa kwenye akaunti yake, walitambua kuwa Marashi alisimamisha kulipa kodi ya nyumba; walipewa notisi; wakahama.

Baada ya kurudi Mabatini; siku moja baada ya chakula cha usiku, Bhoke alimwambia Nyasatu, "Mwenzangu inabidi tuambizane ukweli; shule umefukuzwa, mimba inazidi kukua; aliyekutia mimba amekuruka; utakuwa mgeni wa nani?" Nyasatu alimsikiliza huku machozi yanamtiririka.

Bhoke akaendelea kusema, "Kama wasemavyo wahenga, kuzaa si kazi, kazi kubwa ni kulea; baada ya miezi michache, utazaa; mtoto atahitaji malezi, wewe utahitaji usaidizi; unadhani ni nani atafanya hivyo?" Nyasatu alizidi kulia.

"Sisemi haya kwa kuwa ninakuchukia; bali kumbuka kuwa Kingiri alikuleta hapa ili usome, sasa husomi; unakumbuka kuwa alisimamisha msaada aliokuwa anatulea baada ya mimi kumwambia kuwa asiendelee kuhangaika kwa kuwa nilikuwa najitosheleza; sasa tumerudi pale pale, sina uwezo wa kukutunza; ninakushauri upige moyo konde, urudi Nyamongo."

"Ebu rudia tena."

"Rudi kwenu Nyamongo."

"Tafadhali..."

"Hakuna cha tafadhali, rudi kwenu Nyamongo."

Nyasatu alimjibu, "Umesema kuwa tunaambizana ukweli, nimekubali tuambizane ukweli. Unaniuliza kuwa nitakuwa mgeni wa nani; unanilazimisha nirundi kwetu, je, hujui kuwa wewe ndio chanzo cha tatizo hili?"

"Usinirushie lawama; kwani ulipokuwa unajikwatua kwa mikufu ya dhahabu, saa na simu za thamani na kusafiri kwa ndege, ukawa na maisha ya juu kuliko hata mimi, ulidhani ni bure? Je ulitaka nikufundishe jinsi ya kutumia vidonge vya majira? Au nikwambie kuwa umlazimishe Bosi Marashi avae mpira? Kula ni kulipa."

Hatimaye, Nyasatu aliinua mikono akarundi Nyamongo. Alikuta habari zake zimekwishazagaa hapo kijijini. Kingiri alipompiga macho, alimwambia, "Nenda ukamtafute baba yako mwingine; wewe siyo mwanangu hapa duniani na ahera na tena ondoka hapa haraka kabla sijakuondoa duniani." Nyasatu alijikuta amesusiwa na ukoo mzima wa Kingiri; kila alikobisha hodi, hakufunguliwa.

Hatua hiyo ilimhuzunisha Wankuru, mama yake, ambaye alijulikana kijijini Nyamongo kama Mama Nyasatu kutokana na kuwa Nyasatu alikuwa kifungua mimba wake lakini hakuwa na uwezo wa kutengua uamuzi wa mumewe. Jitihada zake za kumshawishi mumewe alegeze kamba ziligonga mwamba alipomwambia, "Unajua kuwa simchukii mwanetu, lakini licha ya hasira nilizonazo na aibu inayoniandama tangu habari hii ijulikane, pia ninafikiria hasara niliopata nikijitahidi mwenetu apate elimu. Unajua kuwa nimekwishauza ng'ombe sita, sasa badala ya cheti cha kumaliza shule, Nyasatu ametuletea mimba ya haramu. Nimekuwa ndio gumzo la hapa kijijini. Ni aibu kubwa. Ninasemwa kuwa mimi ndiye nilimponza mwanetu nilipokataa aolewe. Ninachekwa na kubezwa kijiji kizima. Wanasema kuwa acha nikome niliyataka mwenyewe. Nimekosa raha mke wangu, natamani niondoke duniani..."

"Mungu apishe mbali mume wangu; sitaki kusikia unasema maneno hayo."

"Wankuru, je bintiyo alikwambia mtu aliyemtia mimba?"

"La hasha. Nilimuuliza mara kadhaa, lakini alikataa katakata kuniambia...."

"Laiti ningalimjua, damu....."

"Ungefanya nini, kwani alimbaka?"

Wankuru alichukua uamuzi wa kumnusuru mumewe na binti yao na mwanaye kwa kumshawishi Nyangi, dada yake ambaye alikuwa anaishi Ukonga, amchukue Nyasatu.

Nyangi na mumewe Masatu, waliishi Ukonga baada ya Masatu kustaafu katika Kikosi cha Polisi cha Kutuliza Ghasia cha Ukonga; alijenga nyumba karibu na kambi ya kikosi hicho, ambako waliendesha maisha kwa kufuga kuku wa mayai na nyama. Wankuru alimwambia, "Tafadhali tusitirini na aibu alioleta Nyasatu hapa kijijini. Tunasemwa kijiji kizima. Tafadhali mdogo wangu, mshawishi mumeo mtusitiri na hii aibu; Nyasatu akiwa Ukonga, hapa kijijini watamsahau na sisi tutapumua."

"Binafsi sioni tatizo kwani tuko peke yetu nyumbani; watoto wetu ni watu wazima, wote wako makwao. Pamoja na hayo itabidi kwanza nizungumze na Masatu."

Masatu alikubali ombi la shemeji yake yake. Nyasatu alipelekwa Ukonga kuanza maisha mapya. Hakuwa mzigo kwa familia hiyo kwani aliwasaidia katika uendeshaji wa biashara yao ya ufugaji wa kuku. Alibadili uendeshaji wa biashara yao, ilivuma mpaka wakafikia hatua ya kupewa tenda za kupeleka mayai katika kantini za polisi na magereza za Ukonga. Wakati ulifika, Nyasatu akajifungua mwana wa kike katika kituo cha afya cha Ukonga. Masatu na mkewe walipokwenda kumtembelea na kumpelekea mahitaji yake na mtoto aliyejifungua, Nyasatu aliwapokea kwa machozi, Samahani wazazi wangu kwa mzigo ambao nimewaongezea. Pia ninawashukuru kwa huruma na msaada mlionipa mpaka nimejifungua mtoto ambaye ni chanzo cha mtafaruku katika ukoo wa Kingiri na kukatikiza elimu yangu. Ninajuta kwa aibu niliosababisha katika ukoo wangu kwa kuzaa mtoto wa haramu. Pia naomba msinikasirikie kwa kuwa tayari nimempa mwanangu jina bila kutaka ushauri kwa mtu yeyote."

"Umempa jina gani? Nyangi aliuliza.

"Bhoke"

"Kuna sababu imekufanya uchague jina hilo haraka haraka bila kutushauri au kumshauri mama yako?"

"Ipo sababu."

"Sababu gani?"

"Samahani sana; akili yangu ikisha kutulia, nitawaambia sababu ilionifanya niende kinyume na desturi zetu."

Masatu akamjibu, "Usijali, sisi ni wazazi wako na Bhoke ni mjukuu wetu; ni mtoto kama watoto wengine, si mtoto wa haramu kama wasemavyo wajinga wenye itikadi potofu zilizopitwa na wakati. Wewe sio msichana wa kwanza kupitia maisha hayo na wala sio wa mwisho; tutasaidiana kumlea Bhoke. Bila shaka unajua kuwa hata wewe haukuwa mzigo kwetu, kwani umekuwa ukitusaidia katika kuendesha mradi wetu na tutazidi kukuhitaji; kwahiyo, tuliza moyo wako, Bhoke ni wetu, anakaribishwa kwa moyo mkunjufu."

Kabla ya kuruhusiwa kutoka kituo hicho cha afya, Nyasatu alizusha mgogoro alipokataa kutaja jina la baba ya Bhoke ili liandikwe kwenye cheti chake cha kuzaliwa na kumbukumbu za hospitali. Muuguzi mkuu alikasirika Nyasatu alipomwambia, "Hana baba"

"Usilete upuuzi hapa, kwani ulijitia mimba, tuambie jina la baba wa Bhoke hata kama ni marehemu..."

"Hana baba..."

"Usizidi kututania, taja jina la baba yake Bhoke." Waliposhindwa kumshawishi, Masatu alishauriana na mkewe, wakaamua kuwa atumie jina lake kuwa yeye ndiye baba ya Bhoke.

Bhoke alikua akijulikana kama mtoto wa Masatu. Alisajiliwa darasa la kwanza katika shule ya msingi ya Ukonga kwa jina la: Bhoke Masatu. Alitokea kuwa mwanafunzi hodari, akawa miongoni mwa wanafunzi kumi wa shule ya msingi ya Ukonga walioshinda mtihani wa taifa; alichaguliwa kujiunga na shule ya sekondari ya wasichana ya Kilakala.

Usiku wa mkesha wa kupanda basi kwenda Morogoro kuanza maisha katika shule ya Kilakala, Nyasatu alimweka chini akamuasa, "Mwanangu, nakuusia kuwa macho na vibaka wa mapenzi."

Bhoke akamwambia, "Sijakuelewa"

"Ninataka kusema wanaume watakao kulaghai kwa kutumia mali zao au nyadhifa zao ili uwastareheshe. Jihadhari usinaswe na mtego kama ulioninasa mimi mpaka leo unaitwa Bhoke binti Masatu wakati ni Bhoke binti fulani…"

"Kwani Masatu si baba yangu?"

"Masatu ni baba yako kwa jina, siyo kwa damu; wakati ukifika nitakueleza sababu." Alinyamaza kidogo.

Akaendelea kusema, "Mwanangu ninakuonya uwe macho na mashoga, wasikutumie kama walivyonitumia, nikaharibiwa maisha; ndio sababu nimekupa jina la Bhoke."

"Sijakuelewa mama."

"Bhoke, ni ukumbusho katika maisha yangu."

"Bado sijakuelewa..."

"Wakati ukifika nitakueleza."

Bhoke alifanya vizuri katika masomo yake; alifaulu mtihani wa taifa wa kidato cha nne, akachaguliwa kuingia kidato cha tano katika shule hiyo hiyo. Alitokea kuwa msemaji mzuri katika midahalo iliokutanisha shule yake na shule nyingine za Morogoro. Katika midahalo hiyo, kila mara alijikuta anapambana na Furaha, mwanafunzi kutoka shule ya wavulana ya sekondari ya Mzumbe; ikawa chanzo cha kuelewana na kuwa marafiki.

Furaha alitangulia kumaliza kidato cha sita; alifaulu mtihani wake, akachaguliwa kujiunga na kitivo cha sheria katika chuo kikuu cha Dar es salaam. Baada ya miaka miwili, Bhoke alifuata nyayo za Furaha; naye alifaulu mtihani wa taifa, akachaguliwa kujiunga na kitivo hicho.

Urafiki wao wakiwa sekondari uliendelea hata chuo kikuu mpaka wakafikia hatua ya mapenzi. Ilifikia hatua Furaha alimtobolea Bhoke kuwa alikuwa anampenda. Alimwambia, "Nimeshindwa kujizuia, leo inabidi nikuambie kuwa nilianza kukupenda tangu tukiwa sekondari, sasa nimeamua kukwambia kuwa ninakupenda, ninaomba tuwe wapenzi."

Bhoke alikuwa kimya kwa muda; akilini mwake alikuwa Ukonga akikumbuka wasia wa mama yake kabla ya kwenda Kilakala; Furaha alimzindua kwa kusema, "Samahani kama nimekuudhi."

Bhoke akasema, "Hapana hujaniudhi; kwani la ajabu ni lipi? Kupenda na kupendwa ni jambo ambalo haliepukiki katika maisha. Hata mimi nimekuwa nikikuwaza; amini usiamini, nimekuwa nikikuota lakini sijafikiria mapenzi."

"Safari ni hatua; nimekutobolea lililo moyoni mwangu; nakupenda kwa moyo wangu wote."

"Hatimaye"

"Hatimaye tufunge pingu za maisha."

Baada ya kuhitimu, Furaha aliteuliwa kuwa hakimu katika mahakama ya hakimu mkazi ya Kisutu. Miaka miwili baadaye, Bhoke alipohitimu, naye akateuliwa kuwa hakimu katika mahakama hiyo.

Wakiwa mahakimu, Furaha na Bhoke walikubaliana kuweka ndoto yao katika kitendo; waliamua kufunga pingu za maisha.

Katika safari zake za Ukonga za takriban kila wikiendi, siku moja Bhoke alimjulisha mama yake kuhusu mapenzi yake na Furaha na kwamba walikwisha fikia uamuzi wa kufunga ndoa.

Nyasatu alimwambia, "Hiyo ni habari nzuri ambayo bila shaka sisi wote tunaunga mkono. Lakini je? Unamfahamu vizuri mchumba wako na umeridhika naye?"

"Tulifahamiana tangu tukiwa sekondari, tukaendelea mpaka chuo kikuu, na sasa sote ni mahakimu katika mahakama ya Kisutu. Nimeridhika naye."

"Vipi kuhusu anakotoka na nasaba yake?"

"Sijaona wazazi wake, aliniambia kuwa kwao ni Nyamanoro, Mwanza mjini. Kwa taarifa yako, amesafiri kwenda Mwanza; tulipanga kwamba leo, kwenye saa hii, tuwaarifu wazazi wetu kuhusu uamuzi wetu…"

Mazungumzo yao yalikatikizwa na mlio wa simu, Bhoke aliona kuwa ni Furaha alikuwa anaita, akasema, "Vipi mpenzi, kama tulivyoahiadiana niko Ukonga, ninazungumza na mama…"

"Samahani kwa kuingilia mazungumzo hayo, nami ninakujulisha kuwa kama tulivyoahidiana niko Nyamanoro, ninazungumza na baba. Tafadhali naomba nizungumze na mama." Bhoke alimpa simu mama yake.

"Shikamoo mama; mimi ni Furaha, mchumba wa Bhoke."

"Marahaba; nimefurahi kuzungumza nawe, ninawatakia mafanikio."

"Nami namefurahi kwa kuwa sasa tunaingia katika hatua ya pili ya maandalizi ya ndoa yetu; ebu nikupe baba mzungumze." Furaha alimpa simu baba yake.

"Haloo mzee mwenzangu, kijana wangu amenipasha habari nzuri ambazo nami nimeunga mkono. Nimemwambia kuwa nitampa msaada wa hali na mali ili azma yake ifanikiwe. Vinginevyo, unakaribishwa Mwanza; nimemuomba harusi yao ifanyike Mwanza na amenikubalia. Bila shaka tukionana ndipo tutapata fursa ya kujitambulisha."

"Hali kadhalika binti yangu amenieleza habari hiyo nzuri. Mungu atatujalia sote tufanikiwe katika shughuli hiyo; watoto wetu wametufungulia njia; tutakapoonana ndipo tutajitambulisha.

Pia kwangu itakuwa fursa nyingine kufika Mwanza kwani nilitoka huko nikiwa kijana."

"Kijana."

"Karibu Mwanza."

"Asante." Alisema Nyasatu

Alimrudishia simu mwananye, alipopokea akasema, „Tafadhali mpenzi naomba na wewe uzungume na baba."

"Shikamoo baba; mimi ni Bhoke, mchumba wa Furaha…"

"Marahaba. Nina furaha kuzungumza nawe; sina jinsi ya kueleza furaha nilionayo moyoni mwangu kutokana na habari njema alizonipasha kifungua mimba wangu. Unakaribishwa katika familia yangu; tutazangumza mengi mtakapokuja kwenye harusi kwani nimekubaliana na mchumba wako kuwa harusi yenu itafanyika hapa. Ukoo wetu ni mkubwa na nina marafiki wengi; wote watachangia ili harusi yenu iwe ya kukata na shoka."

Baada ya mazungumzo hayo, Nyasatu alimwambia Bhoke, "Mungu pekee ndiye anafahamu furaha nilionayo moyoni mwangu; umepata elimu ya kutosha; una kazi ya kujivunia; sasa unatarajia kufunga ndoa na msomi mwenzio. Ni furaha isiyokuwa na kifani; kama wasemavyo wahenga, mwana mwema ni taji tukufu kwa wazazi wake; nami najivunia taji ulilonivisha. Hakuna tashwishi kuwa Masatu na Nyangi wataungana nami katika kukupongeza; sote tutaungana nawe."

Bhoke akamwambia, "Lakini kuna jambo muhimu naomba tuzungumzie."

"Ni lipi?"

"Unakumbuka kuwa uliniambia kuwa mimi ni Bhoke binti fulani; huoni kama wakati wa kumjua huyo fulani umefika, ili ikiwezekana ajulishwe na akaribishwe katika ndoa ya binti yake?"

Nyasatu alinyamaza huku akipapasa kichwani kwa mkono wa kulia kichwani; Bhoke aliona matone ya machozi yanadondoka kwenye meza, akasema, "Mama yangu, mbona umetaharakika? Samahani kama nimekuudhi."

Nyasatu akasema, "Haujaniudhi, ila umetonesha makovu yaliyo moyoni mwangu; pamoja na hayo, nakubaliana nawe kuwa una haki ya kumjua baba yako, lakini naomba muda, nikishajipanga vizuri, nitakueleza."

Nyangi na Masatu walifuatana na binti yao kwenye harusi yake. Nyasatu alikuwa mwenyeji wao mjini Mwanza; katika kuwaonesha mitaa ya Mwanza, aliwapeleka Mabatini ambako aliishi akiwa mwanafunzi katika shule ya Lake. Alikuta mwenye nyumba alikwisha kufa; alikumbukana na mmojawapo ya watoto wa mwenye nyumba; alipomuuliza Bhoke, alimwambiwa kuwa ilikuwa imepita miaka amehamia nyumbani kwake Kirumba, lakini taarifa alizonazo ni kwamba alikwisha kuaga dunia.

Nyasatu aliwapeleka kwenye mgahawa uliokuwa karibu na nyumba hiyo, wakakaa chini ya miavuli mikubwa ya kukinga jua, akaagiza vinywaji. Wakati wakiburudika kwa vinywaji, aliwaeleza maisha yake ya ujana akiwa hapo Mabatini; alipotaja Bhoke, sauti ilikwama, akaanza kulengwa na machozi machoni.

Nyangi alisimama, akatumia kitenge alichojitanda akampangusa machozi; akamuuliza, "Imekuwaje mwanangu, mbona furaha uliokuwa nayo imepotea ghafla?"

Nyasatu akajibu, "Ninajuta kwa kuwa nimetaja jina Bhoke; nimekumbuka maovu alionifanyia.

Nyangi akamuuliza, "Tumekuja kwenye harusi ya Bhoke wetu, Bhoke mwingine unayezungumzia ni yupi?"

"Ninazungumzia Bhoke ambaye tuliishi pamoja katika nyumba ile, nimeambiwa kuwa sasa ni marehemu. Nilidhani kuwa bado anaishi pale ili nimkutanishe na Bhoke mwenziye, mtoto aliyezaliwa katika mimba alionishauri nitoe; nilitaka nimuoneshe kuwa katika mimba hiyo alitoka kidosho ambaye sasa ni hakimu na anafunga ndoa; lakini kama mlivyosikia, alikwisha kufa. Nilitaka pia nimuoneshe kuwa uovu alionifanyia ulizaa tunda la binti ambaye ninajivunia ..."

Bhoke alimkata kauli, "Alaa, ndio sababu ulinipa jina la Bhoke."

"Ndiyo."

"Samahani mama yangu, kama ni hivyo, sitaki jina lenye kumbukumbu mbaya, nitalibadili baadaye."

"Lakini ni jina la kawaida katika kabila letu la Wakurya...."

"Ninakubali, lakini kwako limekuachia kumbukumbu mbaya; kwa bahati nzuri, mimi niliyepewa jina hilo, nimegundua kiini chake; sitaki jina lenye kumbukumbu mbaya. Pia pia haujatuambia uovu aliokufanyia huyo Bhoke."

"Ni marefu, kwa sasa sio wakati muafaka wa kueleza uovu huo kwa kuwa tuko katika maandalizi ya sherehe za harusi yako. Nitawaleza baada ya harusi."

Kabla ya kufunga ndoa kanisani, jamaa wa maharusi walikutana katika hafla iliyofanyika katika ukumbi wa Gandhi ili wafahamiane. Furaha alikuwa na watu wengi kwa kuwa takriban ukoo wake wote ulikuwa mjini Mwanza; Bhoke alisindikizwa na mama yake ambaye alikuwa pamoja Nyangi na Masatu; pia walikuwepo jamaa wachache kutoka ukoo wa wa mama yake waliotokea Nyamongo.

Mshereheshaji alianza kwa kutambulisha Furaha na Bhoke, kisha akakaribisha wazazi na jamaa wengine wajitambulishe; kila mmoja alisimama na kujitambulisha kwa majina na uhusiano wake na maharusi.

Baada ya baba yake Furaha kujitambulisha, Nyasatu alinyosha mkono, akasema, "Ninaomba mniwie radhi…"; alikuwa analia huku akisema kama aliyepagawa, "Mungu wangu, nilikukosea nini mpaka unaniadhibu kiasi hiki, ni bora kufa kuliko kuteseka kiasi hiki…." Watu walipigwa na bumbuazi.

Furaha na Bhoke waliinuka, wakaenda kumpoza na kuuliza kilichomsibu; Masatu na Nyangi walijiunga nao; lakini juhudi zao hazikufua dafu; Nyasatu aliwaambia, "Niacheni nilie kwanza.."

Nyasatu alisikia Furaha akimwambia Bhoke, "Labda mama amerukwa na akili kwa sababu…."

Akamkata kauli, "Sijarukwa na akili; laiti ningalitoboa siri hii mapema, haya yote yasingalitokea; wanangu, samahani sana na poleni kwa kuwa mmepoteza bure wakati wenu, kamwe hamuwezi kuoana."

Bhoke akasema kwa kiwewe, "Hatukuelewi mama; lugha yako haieleweki."

"Ni mwiko ndugu kuoana…"

Bhoke akasema, "Mama, haueleweki…"

Nyasatu alimjibu kwa sauti hafifu, akipangusa machozi na kamasi, akamwambia, "Nimegundua kuwa Furaha ni kaka yako."

Watu waligeuza nyuso wakatazamana kwa mshangao; Furaha alisikika akimwambia Bhoke, "Sijui tutajificha wapi."

Nyasatu aliendelea kusema, "Mwanangu Bhoke, nilifanya kosa la kukuficha jina la baba yako, sasa ninajuta; kumbe baba yako, ndiye baba yake Furaha; baba yenu ni Marashi ambaye amemaliza kujitambulisha." Ukumbi wote ulikuwa kimya kama vile pametolewa tangazo la tanzia.

Bhoke alisikika akimwambia Furaha, "Natamani ardhi ipasuke, inimeze."

Mshereheshaji akasema, "Mama unayosema hayaeleweki, wala hayasadikiki…"

Nyasatu akamjibu kwa hasira, "Unasema hayaeleweki wala hayasadikiki, sasa utaelewa na utasadiki." Alikurupuka akamwendea Marashi, akamuangalia usoni; akamwambia, "Niangalie kwa makini; unanijua, hunijui?" Walitazamana kama mabeberu wanaopigana.

Marashi ambaye alikuwa haoni vizuri, alirekebisha miwani yake, wakazidi kutazamana; kisha akasema, "Naona sikujui."

Nyasatu alivua kitambaa cha kichwani, akamuonesha kichwa kilichojaa mvi; akasema, "Hata hivi hujanitambua?"

Marashi akamjibu, "Kwa hakika sikufahamu kabisa ."

Nyasatu aliweka vidole vyake vya shahada kinywani, akamkenulia, akasema, "Na huu mdomo, na haya meno, na huu ulimi, na huu ufizi, havikukukumbushi chochote?"

Marashi alijibu, "Haki ya Mungu, naona sikujui."

Nyasatu akasema, "Usikufuru kwa kuapa jina la Mungu; je, hukumbuki jinsi ulivyokuwa unanitia ulimi wako kinywani mwangu eti unanilisha nyama ya ulimi? Ningekuvulia nguo nikakuonesha viungo vingine vya mwili wangu, labda ungenitambua kwa kuwa ulivichezea mno; lakini siwezi kufanya hivyo kwa kuwa niko mbele ya watu; sasa nataka nikuoneshe jinsi ninavyojua viungo vya mwili wako, labda hapo utanitambua." Watu wote walikuwa kimya.

"Chini ya kitovu chako una kovu, ni kweli si kweli?"

"Ni kweli nilifanyiwa oparesheni ya tezi dume."

"Kwenye kiuno chako una chanjo sita, ni kweli si kweli?"

"Ni kweli, nilichanjwa na mganga wa jadi wa kijijini kwetu."

"Je unataka nitaje hata sehemu zako za siri?"

"Mshereheshaji akasema, "Mama inatosha, hakuna sababu ya kuzidi kumuumbua mzee huyu…"

"Subiri kidogo, umesema kuwa niliyosema hayaeleweki, wala hayasadikiki; sasa nataka nieleweke na nisadikike." Alisema kwa taharuki.

Marashi akasema, "Haki ya Mungu, sijitii hamnazo; labda ni macho na akili ya uzee, ila inaelekea kuwa mama huyu ananijua fika."

Nyasatu akasema, "Basi, mimi ni Nyasatu binti Kingiri kutoka Nyamongo; wakati ukiitwa Bosi Marashi, meneja wa kiwanda cha majembe, ulinitia mimba nikiwa kidato cha tatu katika shule ya sekondari ya Lake; bila shaka unakumbuka jinsi ulivyojifanya kinyonga mbele ya mwalimu mkuu ukimhadaa eti umlezi wangu…."

"Marashi ambaye alikuja kwenye hafla hiyo anasukumwa katika kiti chenye magurudumu, alisema, "Sasa nimekukumbuka, tafadhali usizidi kuniumbua."

"Basi nakujulisha kuwa kiumbe aliyetoka katika mimba hiyo, ni huyo binti mrembo, anayemeremeta kama lulu; jina lake ni Bhoke. Alipaswa kuitwa Bhoke binti Marashi, lakini sasa anaitwa Bhoke binti Masatu, mume wa mama yangu mdogo; wao ndio walitulea mimi na mwanao."

Waalikwa walipigwa na mshangao; maharusi walikuwa wanatazamana huku wakitokwa na machozi.

Marashi alijaribu kusimama, akashindwa; akasema, "Naomba mniwie radhi, nitasema nimekaa. Nimehuzunishwa na kuwa mimi ni muhusika mkuu wa mkasa uliotokea; imekuwa huzuni badala ya nderemo na vigelegele…"

Nyasatu alimkata kauli, "Hata mimi nilifanya kosa."

Marashi aligeuza uso akamtazama Bhoke na Furaha, akasema, "Wanangu, ninasikitika kuwa kosa nililofanya nikiwa kijana, limevunja matumaini yenu ya kuoana; hakuna tashwishi kuwa nyinyi ni ndugu; wala hakuna haja ya kufanya vipimo vya vinasa nasaba, yaani DNA; nami nahakikisha kuwa nyinyi ni kaka na dada. Maelezo ya Bi Nyasatu yanafafanua kitu ambacho mimi na ukoo wangu juzi tulibaki tunaona kama muujiza baada ya Bhoke kunitembelea nyumbani. Sote tulishangazwa na jinsi Bhoke alivyomlanda marehemu mama yangu. Pamoja na hayo, nimefurahi kuwa kitendo chenu kimenikutanisha na mwanangu Bhoke; nawasihi mnisamehe." Alivua miwani, akatoa leso mfukoni, akapangusa machozi.

Alimgeukia Nyasatua akamwambia, "Bi Nyasatu naomba unisamehe kwa makosa niliokufanyia na taabu nilizokusababishia. Kama utanisamehe, na Mungu atanisamehe; bila shaka na Kingiri atanisamehe na familia yako yote itanisamehe. Ili kuhakikisha kuwa ninayosema yanatoka moyoni mwangu; mimi sasa ni mjane, kama utanikubalia na kama hali inakuruhusu, naomba sherehe hii iwe chanzo cha kuanzisha uhusiano mzuri; ikiwezekana mimi na wewe tufunge ndoa ya uzeeni, tuondoke duniani tukiwa mume na mke."

Aliwatazama Furaha na Bhoke akasema, "Wanangu, ninawasihi tena mnisamehe; imetokea kuwa wote wawili ni mahakimu, ingawa hapa si kizimbani lakini mimi baba yenu ninakiri mbele yenu kosa nililomfanyia Bi Nyasatu. Niko tayari kutekeleza hukumu mtakayotoa."

Sura ya Sita

Adui Mama

Murekatete alipopandishwa cheo akawa meneja wa kiwanda cha saruji, aliingia katika kundi la wanawake wachache walioneemeka, waliokuwa na nyadhifa za juu nchini Rwanda. Licha ya kuwa mwanamke, Murekatete alikuwa mlemavu; alikuwa chongo wa jicho la kushoto na mlemavu wa mguu wa kushoto. Alitembea kwa kushetasheta na jicho la kushoto lilikuwa la bandia.

Alikuwa miongoni mwa maafisa ambao walikuwa na mishahara mikubwa na marupurupu mengi. Kiwanda kilimpangia jumba ambalo lilikuwa katika kiunga cha Nyarutarama. Majirani zake walikuwa mabalozi, mawaziri, viongozi wa mashirika ya kimataifa na matajiri. Licha ya mshahara mnono, aliwekewa watumishi wawili wa ndani, mtumishi mmoja wa bustani na walinzi wa nyumbani. Alipewa gari na dereva ambaye alilipwa mshahara na kiwanda. Alilipiwa bili za umeme, maji na simu.

Watumishi wa kiwanda alichoongoza, walimpenda kwa uongozi wake na ushirikiano na watumishi wa ngazi zote. Alikuwa na bidii ya kazi kiasi kwamba watumishi wa kiwanda hicho walimbatiza jina la utani 'Mama Chapa Kazi.'

Kijijini kwao, Kiramuruzi, alijulikana kama 'Mama Huruma' kutokana na jinsi alivyosaidia watu waliokwenda kumlilia hali. Alifadhili miradi ya wanawake na walemavu. Siku za wikiendi alipowasili kijijini, ilikuwa nderemo kwa watoto ambao aliwapelekea zawadi za peremende na biskuti.

Aliwasaidia vijana wengi wa Kiramuruzi kwa kuwatafutia kazi mjini Kigali; kutokana na hisani yake, wazawa wengi wa Kiramuruzi walikuwa wamezagaa mjini Kigali wakifanya kazi mbalimbali kwenye viwanda na makampuni ya ulinzi.

Kutokana na mwenendo huo, Murekatete alikuwa maarufu; Wakatoliki wengi hapo kijijini walishindania kumuomba awe mzazi wa ubatizo wa watoto wao na wapo watu waliowapa watoto wao jina la Murekatete kutokana na walivyomuenzi.

Kifamilia, alipenda watu waliokuwa na mnasaba naye; alisaidia mashangazi, wajomba, wapwa na mabinamu kwa kuwafungulia biashara ndogondogo na miradi ya kilimo na watoto wao waliokuwa na umri wa kwenda shule, aliwagharamia kwa mahitaji yao shuleni.

Pamoja na ukarimu wake huo, Murekatete aliwashangaza watu kwa jinsi alivyomtelekeza mama yake mzazi, Kampundu, ambaye aliishi maisha duni.

Jambo hilo lilikera na kushangaza watu; wapo ndumilakuwili waliomtazama Murekatete kwa ucheshi wakiwa mbele yake lakini wakiwa pembeni walimsengenya kwa uovu wake. Wapo walioshindwa kuvumilia tabia hiyo, wakamsihi amsaidie mama yake; lakini nasaha zao hazikufua dafu.

Siku moja baada ya misa ya Jumapili, Kampundu aliomba kuzungumza na Padri Karegeya ambaye alikuwa mkuu wa misheni ya Kiramuruzi. Kampundu alimwambia, "Padri, nimekuja kwako katika juhudi zangu za mwisho za kuomba nisaidiwe kupatanishwa na mwanangu. Sijui nilichomkosea mpaka ananitelekeza kiasi hiki. Anathamini ndugu zangu, watoto wao na watu baki, mimi hanithamini.. Sijui nilimkosea nini mwanangu…" Alishindwa kuendelea kusema kutokana na kilio.

"Pole mama, Mwenyezi Mungu ni muweza; tutazidi kumuomba atakutatulia tatizo lako."

"Hapana baba, maombi hayatoshi kwa kuwa nimekua nikiomba Bwana Mungu kila siku; usiku na mchana; lakini maombi yangu hayajajibiwa; ninazidi kuteseka na kusononeka. Ninaamini kuwa

Murekatete atakusiliza kwa kuwa ninajua kuwa ni mcha Mungu, ndio sababu nimekuja kuomba usaidizi wako. Alibatizwa katika kanisa hili na anapokuwa kijijini, huwa anakuja kusali hapa; naomba msaada wako baba."

"Kama mtumishi wa Mungu, niko tayari kufanya niwezalo ili kutatua tatizo hilo ambalo sote tunajua kwani siyo siri. Bila shaka ipo sababu kwani sote tunashangazwa na kuwa Murekatete anapenda watu na anawasaidia kiasi kwamba amepewa jina la Mama Huruma, lakini hana chembe ya huruma kwako. Ili nipate mahali pa kuanzia, naomba uwe mkweli, unieleze kilicho kufarakanisha na mwanao."

"Kweli kabisa, sijui. Tafadhali, nisaidie. Ninateseka na kufadhaika; ninasemwa kijiji kizima. Nimepewa majina ya kila namna mpaka huwa ninafikiria hata kujinyonga."

"Hapana mama, usifikirie hivyo, ninaamini kuwa Mungu yuko nasi, atatusaidia. Naamini kuwa Mwenyezi Mungu, ambaye amekuelekeza unione baada ya ibada ya leo, amefungua njia ya maelewano na mwanao."

Siku iliyofuata, Padri Karegeya alifunga safari akaenda Kigali kuonana na Murekatete. Alimkuta nyumbani amepumzika baada ya chakula cha mchana. Baada ya kuamkiana, alimuuliza, "Mbona umekuja ghafla, tena siku ya kazi, je kuna heri?"

"Samahani, imenibidi nije kukuona kwa kuwa kuna jambo muhimu nataka tuzungumzie."

Alimuashiria aketi; badala ya kukieti, Padri Karegeya aliduwaa; aliangaza macho sebuleni mpaka Murekatete akamuuliza, "Samahani, imekuaje mbona huketi?

Padri Karegeya akajibu, "Siamini macho yangu. Siamini kama Murekatete binti ya Kampundu anaishi katika jumba kama hili; ni kama hekalu."

"Amini usiamini hapa ndipo nyumbani kwangu; nimekodishiwa na mwajiri wangu, lakini si hekalu."

Padri Karegeya akasema, "Mungu asifiwe. Kabla sijaketi, naomba unioneshe na sehemu nyingine za jumba lako."

Murekatete alimpeleka katika chumba cha wageni ambacho kilikuwa na choo na bafu. Akamwambia, "Kama utalala, basi hiki ndicho chumba chako."

Akampeleka chumba kingine, "Hiki ni chumba kingine kwa ajili ya wageni wangu, nikijaliwa kupata mtoto, basi hiki kitakuwa chumba chake."

Akamploka katika chumba kingine, "Hiki ni chumba changu cha mazoezi ya viungo, kimewekwa vifaa maalum kutokana na kuwa mguu wangu mmoja ni mlemavu."

Akampeleka katika chumba cha maakuli ambacho kilikuwa na meza kubwa, viti vya fahari, friji na kabati. Alifungua friji ambayo ilikuwa imeshenekezwa vinywaji mbalimbali; akamwambia, "Ukitaka kutuliza kiu kwa maji baridi au kuburudika kwa vileo, chaguo ni lako."

Walipoingia jikoni, Padri Karegeya, alishangaa kuwa hakuona kuni au mafiga au mkaa au jiko la mkaa na hata dalili za moshi. Murekatete akamwambia asishangae kwa kuwa lilikuwa jiko la umeme.

"Umeme ukikatika?".

"Tunatumia gesi."

Kisha walitoka nje, wakaingia katika bustani ambako mfanyakazi alikuwa anapalilia na kumwagilia maua maji. Mbele ya nyumba mfanyakazi mwingine alikuwa anaosha gari.

Waliporudi sebuleni, Murekatete aliamuashiria Padri Karegeya aketi kwenye kochi; badala ya kukaa, alimwambia, "Kwanza, piga magoti tuombe na kushukuru Bwana."

Murekatete akajibu, "Samahani, siwezi kupiga magoti kutokana na ulemavu wa mguu wangu wa kushoto."

Padri Karegeya alipiga magoti, akaomba, "Bwana, ninakushukuru kwa kuwa umeniwezesha kufika kwenye nyumba hii ya mtoto wetu Murekatete. Bwana, ninakushukuru kwa neema zote ulizompa Murekatete. Bwana, ninakuomba uzidi kumbariki Murekatete. Bwana, ninakuomba uteremshe baraka kwenye mazungumzo yangu na Murekatete. Ninaomba kwa jina lako Baba, Mwana na Roho Mtakatifu."

"Ameen." Murekatete ambaye alikuwa ameinamisha kichwa, aliitikia.

Murekatete, akasema, "Umekuta ndio nimemaliza kula chakula cha mchana, bila shaka una njaa, je tukutayarishie nini?"

"Chochote kitakacho patikana"

"Kinywaji je?"

"Nitakunywa chai"

Mtumishi aliwasogezea stuli, akawatengea chai na biskuti; ndipo Padri Karegeya alimueleza Murekatete madhumuni ya safari yake. Alisema, "Nimekuja hapa nikiwa na ujumbe kutoka kwa mpenzi mama yako....."

"Samahani Padri, ni mama yangu, si mpenzi mama yangu."

"Nashukuru kwa kunizindua. Mbali ya ujumbe wake, pia hata mimi nimekuwa nikitaka kuzungumza na wewe na majirani zenu wamekuwa wakiniomba nizungumze nawe." Aliinua kikombe cha chai, akanywa.

Akaendelea kusema, "Ulipokuwa unanitembeza katika nyumba hii, mawazo yangu yalikuwa Kiramuruzi; nilikuwa ninamuona Kampundu akiwa katika nyumba yake ya mbavu za mbwa; nilipoona watumishi wanapalilia bustani, nilikuwa ninamuona Kampundu amepinda shambani mwake analima; nilipoona mtumishi anamwagilia maua maji, nilimuona Kampundu amebeba ndoo ya maji kutoka kusimani; nilipoona meza ya kupigia pasi, nilimuona Kampundu katika marapurapu, amesawijika." Murekatete alianza kulia.

Padri Karegeya akasema, "Samahani, sikuja hapa kukwambia maneno ya kukusononesha...."

"Unayosema ni kweli."

"Jana nilipokuwa ninazungumza na mama yako, alikuwa analia kama unavyolia wewe sasa; bila shaka hali hii inawagusa kwenye mioyo yenu, ndio sababu mnalia."

"Ni kweli."

"Kama ni kweli, basi naomba tutatue tatizo hilo. Ili niweze kulitatua, naomba unieleze kilicho kufarakanisha na mama yako."

Badala ya kujibu, Murekatete aliendelea kulia; Padri Karegeya aliinuka, akamuendea, akatoa leso mfukoni, akampagusa machozi; akamweka mkono kichwani kwa shufaka, akasema, "Nakuomba Baba, haya machozi ya muumini wako yawe dawa ya kusafisha uhasama baina yake na mama yake."

"Ameen"

Padri Karegeya akafungua mkoba wake, akatoa Agano Jipya, akampa Murekatete, akamwambia, "Fungua Kitabu cha Waefeso 6:1-3."

Murekatete ambaye alikuwa amevua miwani akamjibu, "Samahani padri, naomba nichukue miwani yangu kwani hili jicho ninalotumia ni dhaifu, halioni vizuri"

"Kumbe ndio sababu unatumia miwani? Vijana wa siku hizi mna matatizo, angalia mimi naona bila kutumia miwani…"

"Hivi Padri, hujui kuwa mimi ni chongo?"

"Aka, naona una macho mawili."

Murekatete alimsogelea, akamwambia, "Ebu angalia macho yangu, unaona yako sawa?"

"Naona hili la kushoto ni jeupe tena halitikisiki; hili la kulia linatikisika na vishipa vyake vinaonekana."

"Basi hili la kushoto ni pambo tu, yaani ni jicho la bandia; jicho linaloona ni hili la kulia."

Padri Karegeya akasema, "Pole sana. Ilikuwaje mpaka ukawa chongo?" Murekatete alikuwa kimya.

"Je ulizaliwa ukiwa chongo?" Murekatete alitokwa na machozi badala ya kujibu.

Padri Karegeya alitoa leso mfukoni, akampangusa machozi; Murekatete akamwambia, "Ipo sababu, labda utaijua baadaye, ila nakujulisha kuwa natumia jicho la kulia tu."

Padri Karegeya, akasema kwa shufaa, "Pole sana, sikujua kuwa unatumia jicho moja….."

Baada ya kuvaa miwani, Murekatete alifungua biblia, akasema, "Tayari niko Waefeso 6:1-3"

Padri Karegeya akamwambia, "Ebu soma."

"Enyi watoto, watiini wazazi wenu katika Bwana, maana ndio haki. Waheshimu baba yako na mama yako; amri hii ndiyo amri ya kwanza yenye ahadi, upate heri, ukae siku nyingi katika dunia."

Padri Karegeya akasema, "Basi na mimi naomba nikusomee Agano la Kale, kitabu cha Kutoka Mlango wa 20, mstari wa 12, tusikie amri ya tano inavyosema."

"Hapana Padri, acha nisome." Padri Karegeya alimpa Agano la Kale.

Akasoma, "Waheshimu baba yako na mama yako; siku zako zipate kuwa nyingi katika nchi upewayo na Bwana Mungu wako." Marekatete alimalizia sauti yake ikikwaruza. Aliinua glasi, akanywa maji taratibu kama vile yalikuwa machungu.

Padri Karegeya alimwambia, "Nimebahatika kuvinjari nyumba yako; sasa nimekaa kwenye kochi ambalo sijawahi kukalia maishani mwangu; nimeona bustani, nimeona gari zuri; nimeona watumishi. Wakati nikivinjari, pia nilikuwa narudisha macho nyuma na kuona kuwa miaka kadhaa iliopita, Murekatete ulikuwa tone la damu katika tumbo la Kampundu na alilihifadhi katika tumbo lake kwa miezi tisa...." Alipotaja Kampundu, Murekatete alianza kulia; Padri Karegeya alimtazama akijipangusa machozi.

Baada ya kutulia, Padri Karegeya akamwambia, "Samahani, umenikatikiza; nilichokuwa nataka kusema, ni kuwa umesikia neno la Bwana Mungu linavyohimiza watoto kuheshimu na kutii wazazi. Hakuna demokrasia katika suala la kutii wazazi; ni amri. Tunafundishwa na neno la Bwana kuwa kama tunataka ufalme wa mbiguni, ni lazima tuwaheshimu wazazi. Unadhani unaweza kumlipa mama yako kitu gani ambacho kina thamani inayolingana na kukuweka tumboni mwake kwa miezi tisa? Mzazi ni mzazi hata kama ni mbaya, ni mzazi tu. Hivyo ndivyo tunavyofundishwa na neno la Bwana." Murekatete alimsikiliza akiwa amejiinamia.

Padri akaendelea kusema, "Neno la Bwana linatuhimiza kupenda wazazi. Murekatete usingekuwa duniani kama mama yako hakukutunza katika tumbo lake; usingeishi katika jumba la fahari kama hili kama mama yako hakuweka mdomo wako kwenye chuchu za matiti yake, akakunyonyesha. Usingekuwa na kazi nzuri na cheo ulichonacho kama mama yako hakukulea."

"Je kama mama ni muovu?" Murekatete alimuuliza.

"Yaani, mama yako ni muovu?"

"Ndiyo"

"Tunafundishwa kusameheana na kutubu kama tunataka ufalme wa mbiguni."

Murekatete, akamwambia, "Padri, nashukuru kwa nasaha ulizonipata, pia nashukuru kwa kuwa umenizindua kwa kunikumbusha neno la Bwana. Napenda kukujulisha kuwa hata mimi sina raha moyoni mwangu, tena nilikosa raha hiyo tangu utotoni mwangu. Ninampenda mama yangu lakini historia ilinifarakanisha naye...." Alianza kulia.

"Nilianza kwa kukuuliza kilicho kufarakanisha na mama yako, badala ya kunijibu, umelia. Naomba unieleze kilicho kufarakanisha na mama yako ili tukitafutie ufumbuzi."

"Naomba unipe muda nitafakari."

"Muda kiasi gani?"

"Siyo muda mrefu."

"Mrefu kiasi gani?"

"Hata mimi nimeguswa moyoni; ninaahidi kuwa nitakutafuta."

"Hiyo ni habari njema. Kabla sijaondoka, naomba tupige magoti tumshukuru Bwana. Murekatete alishetasheta, akakaa kwenye kiti na Padri Karegeya akapiga magoti akaomba, "Ewe Mungu, mwingi wa rehema; nakuomba uondoe tatizo linalo farakanisha Murekatete na mama yake. Nakuomba Baba uwaokoe viumbe hawa wawili kama ulivyowaokoa wana wa Israeli katika mikono ya Pharao."

"Amen"

Padri Karegeya alipofika Kiramuruzi, alikuta Kampundu amelazwa katika hospitali ya Gahini. Vipimo vya hospitali vilikuwa vimeonesha kuwa alikuwa na vidonda tumboni ambavyo visingetibika ila kwa upasuaji.

Alikwenda kumuona hospitalini akiwa na matumani kuwa atazungumza naye, amjulishe habari njema kutoka kwa binti yake, lakini haikuwezekana kwa kuwa alikuwa amekwisha pigwa nusukaputi. Alisubiri nje ya chumba cha upasuaji mpaka mwisho wa kumpasua. Kabla hajaondoka hospitali, alizungumza na Dakta Bucyana ambaye alikuwa amempasua; alimwambia, "Upasuaji umekwenda vizuri; bila shaka atapona."

"Je ilikuwa hakuna matibabu mengine ila kumpasua?"

"Mama huyu alichelewa kuja hospitali, vidonda vyake vilikuwa vimekwisha pevuka; ili kunusuru maisha yake, imebidi tukate utumbo uliolika sana. Inaonekana kuwa utumbo wake ulidhuriwa na msuguano kwa kuwa mara nyingi ulikuwa mtupu, yaani njaa. Inaonekana kuwa chakula alichokula pia kilichangia kupanua vidonda vyake kwa kuwa kilikuwa kigumu."

"Oooh, maskini Kampundu."

"Aghalabu, mawazo na hasira huchangia kukuza vidonda vya tumboni kwa sababu hufanya nyongo isifanye kazi vizuri. Kama nyongo haifanyi kazi yake vizuri, husababisha madhara katika tumbo."

"Oooh, maskini Kampundu; je sasa atapona?"

"Bila shaka atapona; lakini hata kama atapona, itabidi awe anakula chakula laini; nimekwambia kuwa nimekata sehemu ya utumbo ambayo ilikuwa imeharibika sana; kwahiyo, itachukua muda mrefu kupona. Lakini dawa kubwa ni chakula laini na maziwa. Akipata glasi tatu au nne za maziwa kwa siku, itamsaidia sana; ndio sababu wagonjwa kama hao wanapokuwa hapa, huwa tunawapa maziwa mara nne kwa siku. Hata Kampundu amekuwa akipewa maziwa. Kinyume cha hayo, ataendelea kuwa na matatizo."

"Tafadhali mshughulikie, kanisa litalipa gharama zote za matibabu yake na nitahakikisha kuwa anapata chakula laini na maziwa."

"Vizuri Padri, lakini kwanini agharamiwe na kanisa na hali mwanaye ni mtu mzito? Murekatete ni miongoni mwa wafugaji wenye tenda ya kuleta maziwa na mayai katika hospitali hii. Nimekwambia kuwa Kampundu ni miongoni mwa wagonjwa ambao wamekuwa wakipewa maziwa na miongoni mwa watu walioleta maziwa hayo ni Murekatete."

"Hayo ni masuala ya kifamilia, mimi ninazungumza kama mlezi wa Kampundu katika Kristo."

Ilikuwa kawaida ya Murekatete kumalizia juma kijijini kwao. Siku za Jumamosi na Jumapili alikuwa anakwenda kwenye nyumba aliyojenga hapo kijijini ambayo ilikuwa katikati ya shamba la migomba; alikuwa pia amefuga ng'ombe wa maziwa na kuku.

Juma moja baada ya mama yake kupasuliwa, akiwa njiani kuelekea Kiramuruzi, alifika njia panda ya kuelekea Hospitali ya Gahini mvua ikinyesha, pembeni mwa barabara aliona wanawake watatu wamejikunyata chini ya mti; alimwambia dereva wake asimamishe gari awape lifti.

"Maskini, bila shaka wale wanawake wanataka usafiri." Alisema Murekatete.

"Bosi, watakaa wapi?"

"Nimeona ni watatu, wataenea kwenye kiti cha nyuma."

"Sina maana hiyo"

"Unamaanisha nini?"

"Wamerowana chepechepe; watachafua viti."

"Huo si ubinadamu; hakuona kuwa wananyeshewa? Kama ni hoja ya kuchafua na kurowanisha viti, basi tukifika Kiramuruzi, utavisafisha na kuvipangusa."

Dereva alirudisha gari nyuma; gari lilipowafikia, Murekatete aliona kuwa miongoni mwao alikuwemo mama yake mzazi; alipiga yowe, "Ooh Mungu wangu."

Dereva alishtuka, akamuuliza, "Imekuaje bosi?"

"Ondoa gari haraka, twende."

Wanawake hao ambao walikuwa wameanza kuinua mizigo yao ili waingie katika gari; walishangaa; mmoja wao aliita, "Murekatete, usituache, ni mimi Mujawimana na Mukamisha, majirani wa mama yako, tunatoka hospitali ya Gahini kumchukua mama yako, rudi nyuma utuchukue, mama yako...."

Mukamisha akamwambia, "Lakini Mujawimana, huoni kama unaongea na upepo, huoni kama gari limekwishafika mbali, au unaota unampigia simu Murekatete?"

Kampundu alikuwa analia kwa majonzi, "Kwanini mlinileta hospitali? Kwanini msingeniacha nife kwa ugonjwa kuliko kufa kwa majonzi? Kwanini Mungu asinichukue kuliko kuniacha nikiteseka hivi? Ama kweli, kabla hujafa hujaumbika."

Mukamisha akamwambia, "Acha kukufuru; shukuru Mungu operesheni imekwenda vizuri; achana na visa vya mwanao, kwani tangu akutelekeze ni leo? "

Baada ya kwenda umbali wa kama kilomita mbili, Murekatete alimwambia dereva asimamishe gari. Dereva alidhani kuwa alitaka warudi nyuma wakawachukue wale wanawake; lakini haikuwa hivyo. Alisubiri amri nyingine, hakupata.

Murekatete alikuwa amejiinamia huku machozi yakimtoka; alikuwa anahema na kuguna kwa uchungu. Dereva alipigwa na butwaa aliposikia bosi wake akiangua kilio bila sababu.

"Samahani bosi, je ni kitu gani kimetokea?"

Murekatete hakujibu; baada ya muda, alipangusa machozi, akavaa miwani yake, akainua mikono yake, akasema, "Asante Bwana." Akamwambia dereva awashe gari, wakaendelea na safari.

Hali ya Kampundu ilibadilika kutokana na mvua iliomnyeshea; maji ya nguo chafu alizokuwa amevaa yalipofika kwenye kidonda kibichi cha operesheni, alianza kuwashwa. Alishindwa kuvumilia, akaanza kujikuna; jinsi alivyojikuna, ndivyo alivyosugua kidonda hicho mpaka kikaanza kutoa damu na mshono kuachana.

Safari ya Kiramuruzi ilivunjika; ilibidi majirani zake wamrejeshe hospitali ya Gahini ambako alilazwa tena na Dakta Bucyana akamsafisha na kumshona kidonda upya.

Alipomaliza shughuli hiyo, Dakta Bucyana ambaye alikuwa anafahamiana na Murekatete tangu wakiwa chuo kikuu, aliamua kwenda kumuona. Haikumchukua muda kwa kuwa Gahini na Kiramuruzi ilikuwa pua na mdomo.

Alimkuta Murekatete akiwa karibu na zizi la ng'ombe wake akiangalia jinsi watumishi walivyokuwa wanawaosha baada ya kuwakama. Alimkaribisha ingawa pia alishangazwa na ziara hiyo ya bila taarifa.

"Imekuaje Dakta unanijia bila taarifa, je ni heri?"

"Lakini hapa ni nyumbani, si lazima kutoa taarifa."

"Usijali, nilikuwa nakutania."

"Lo! Naona ng'ombe wako wamenawiri, tena wameongezeka."

"Ndugu yangu, nilipoagiza ng'ombe wawili wa Friesian kutoka Uholanzi, nilikuwa ninataka kufuga kama jambo la kupitisha muda tu, sasa naona nimekuwa mfugaji kamili. Licha ya kuwa wanatoa maziwa mengi, sasa wamekuwa sita; ndio sababu nilichukua tenda ya kuleta maziwa katika hospitali yenu."

"Ni kweli, maziwa ya ng'ombe sita wa Friesian, yanazidi maziwa ya ng'ombe 20 wa kienyeji. Kumbe unatuletea hata mayai. Siyo?"

"Ndiyo. Hata kuku ni vivyo hivyo, nilianza kufuga kuku ili kupitisha muda tu, lakini sasa wanataga mayai mengi kiasi kwamba inabidi niyatafutie soko; ndio sababu nilichukua tenda ya kuleta mayai katika hospitali yenu. Fedha ninazopata, zinanisaidia kulipa mishahara ya watumishi. Je tuingie ndani au tuketi pale bustanini?"

"Bustanini ni bora; tuzungumze tukipunga hewa."

Murekatete alimuagiza mpishi awatayarishie chai ya maziwa yaliyokamwa asubuhi hiyo na mayai yaliyotangwa siku hiyo.

Mpishi akauliza,"Mnataka mayai yaliyotayarishwa vipi?"

"Muulize mgeni apendacho?"

"Mimi napenda macho ya ng'ombe."

"Hata mimi nina hamu ya macho ya ng'ombe."

"Hii ndio raha ya maisha ya kijijini; kila kitu ni freshi." Alisema Dakta Bucyana.

"Nikiwa kijijini, hujisikia nimepumzika."

Wakati wakinywa chai kwa mayai, Dakta Bucyana alisema, "Kama ulivyosema, nimekuja ghafla kwa kuwa imenibidi kufanya hivyo kutokana na mkasa uliompata mama yako. Hivi tunapozungumza, mama yako amelazwa tena katika hospitali ya Gahini. Nimemaliza kushona upya kidonda cha operesheni ambayo nilimfanyia, nikaamua nije nikujuze ili ikiwezakana umsaidie."

"Imekuaje?"

"Nilikuwa nimemruhusu arudi nyumbani baada ya kuridhika kuwa operesheni ilikwenda vizuri; lakini baada ya masaa machache, alirudishwa hospitali kwa kuwa kovu ambayo ilikuwa bado mbichi, ilikuwa imetoboka. Nilipouliza ilivyotokea, wenzake wawili waliokuwa wamekuja kumchukua, waliniambia kuwa ilitokana na kuwa alijikuna sana baada ya kunyeshewa mvua wakisubiri usafiri wa kwenda nyumbani. Kutokana na maelezo hayo, nilitambua kuwa maji ya nguo zake chafu yalipofika kwenye kovu, alianza kuwashwa; hiyo ni kawaida. Nimeacha nimemshona upya na kumpa kitanda; ndio sababu nimekuja ghafla. Murekatete, mama yako anateseka sana, tafadhali…"

Dakta Bucyana alisimamisha maelezo yake kwa kuwa Murekatete alikuwa hamsikilizi kwa sababu ya kilio. Alimwambia, "Usiwe na wasiwasi, hali yake si mbaya, tafadhali nyamaza; baada ya siku chache atakuwa amepata nafuu."

Murekatete akamjibu, "Ni habari ya kusikitisha ambayo kwa bahati mbaya haiepukiki. Naelewa umuhimu wa mama tena ninamhurumia; ninaelewa fika kuwa ninapaswa kumhudumia na nina uwezo wa kumhudumia; lakini ninapenda kukujulisha kuwa aliyataka mwenyewe."

"Aliyataka mwenyewe?"

"Ndiyo"

"Kwa vipi?"

Alimjibu sauti yake ikikwamakwama, "Dakta Bucyana, usinione ninacheka hadharani, moyoni mwangu nina majonzi makubwa; ninasononeka. Ndio sababu huwa sipendi kuzungumzia suala la mama yangu."

"Lakini naomba nieleweke, mama yako hakunituma kuja hapa, wala hajui kuwa niko hapa; nimekuja hapa kama sahibu."

"Nami nakushukuru kwa hisani yako na ubinadamu wako."

"Naona muda unanitupa mkono kwani baada ya masaa mawili nitafanya operesheni nyinginie, kabla sijaondoka, tumefikia uamuzi gani?"

"Naomba unipe muda wa kutafakari."

Mwezi mmoja baadaye, Murekatete alijulishwa kuwa alikuwa ameteuliwa kwenda Marekani kwa mafunzo ya mwaka mmoja. Alipewa mwezi mmoja wa kukabidhi ofisi na kujiandaa kwa safari.

Katika maandalizi aliyopaswa kufanya, ilikuwa ni pamoja na kupata pasipoti. Ili kupata pasipoti, ilibidi awasilishe idara ya uhamiaji hati za kuthibitisha uraia wake ambazo zilitolewa na ofisi ya mkuu wa wilaya yake.

Hakuwa na wasiwasi wa kupata hati hizo kwa kuwa alikuwa maarufu wilayani kwake. Alipofika ofisi ya wilaya, alijiunga na foleni ya wananchi waliokuwa wanasubiri kuonana na Gashugi, mkuu wa wilaya.

Gashugi alipomuona, alitoka nje, akamkaribisha akisema, "Yaani na wewe unakwenda kwenye foleni ?"

"Lakini ndio sheria," alijibu; wananchi waliokuwa kwenye foleni walicheka badala ya kulalamika kuwa alikuwa anarushwa foleni; mmoja wao alisema, "Hata sisi tumempa nafasi aende mbele lakini amekataa."

Mwingine akasema, "Mama Huruma ndivyo alivyo."

Baada ya kueleza shida yake, Gashugi aliagiza Kantarama, Afisa Nyaraka wa Wilaya, atayarishe hati ya uraia wa Murekatete.

Kantarama alipofungua jalada la Murekatete, alikanganywa na kuona jina la mtu aliyeandikwa kuwa ni mama yake lilikuwa tofauti na jina la mtu ambaye alifahamika rasmi kuwa ni mama yake, yaani Kampundu. Alikwenda ofisini kwa Gashugi na jalada hilo, akamwambia, "Mheshimiwa, kuna tatizo."

"Tatizo gani?"

"Kumbukumbu zilizo katika jalada hili zinatatanisha."

"Kwa vipi?""

"Inaonekana kuwa mama yake Murekatete ni Mujawariya na baba yake hafahamiki."

Gashugi aliangalia, kisha akasema, "Ni kweli; ebu kalete jalada la Kampundu."

Haikuchukua muda mrefu, Kantarama alipata jalada la Kampundu; akakanganyika alipoona kuwa nafasi ya majina ya watoto, ilikuwa tupu. Alirudi ofisini kwa Gashugi akiwa na jalada hilo, akamwambia, "Bado kuna utata kwa kuwa inaonekana kuwa Kampundu hana mtoto hata mmoja; nafasi ya majina ya watoto ni tupu."

"Lakini jamani si mnanifahamu?" Aliuliza Murekatete.

Kantarama akamjibu, "Tunakufahamu fika; lakini tutaandika nini kwenye hati ambazo zinahitajiwa na Uhamiaji?"

Gashugi aliangalia tena katika jalada ya Murekatete akaona kuwa katika nafasi ya jina la baba, pameandikwa "yatima;" akasema, "Haya mambo yanazidi kutatanisha; sikujua kuwa wewe ni yatima."

"Ndio ukweli; wala hayatatanishi."

"Je huyu Mujawamariya unamfahamu?"

"Namfahamu."

"Ni kweli kuwa ndiye mama yako?"

Alikaa kimya.

Alipoona hajibiwi, akauliza, "Na Kampundu je?

Murekatete aliendelea kuwa kimya.

Gashugi akasema, "Naona njia bora ni kuzungumza na Kampundu; sote tunafahamu kuwa ndiye mama yako kiasi kwamba wananchi wengi hawajui jina lake, bali anajulikana kwa jina la "Mama Murekatete."

Bila kumshauri Murekatete, Gashugi alimuita dereva wake, akamuagiza aende mara moja akamlete Kampundu; kwake hapakuwa mbali na ofisi ya wilaya.

Dereva alimkuta Kampundu yuko shambani anapalilia maharage; alipoambiwa kuwa anatakiwa na mkuu wa wilaya, hakuamini masikio yake, "Labda baba umepotea njia, una uhakika kuwa ni mimi?"

"Nina uhakika, kwani wewe sio Kampundu, mama yake Murekatete?"

"Ni mimi, lakini ni mama kwa jina tu."

"Mama, mimi ni mjumbe tu, nimetumwa na mkuu wa wilaya nikupeleke ofisini kwake."

"Je, ni salama?"

"Nadhani ni salama kwa kuwa nimemuona mwanao yuko pale ofisini."

"Murekatete yuko pamoja na mkuu wa wilaya?"

"Ndio"

Kampundu alimuomba asubiri kidogo anawe pia abadilishe nguo. Alipoingia ndani, alikuta hakuna hata tone la maji. Alikwenda kwenye majani akapangusa miguu yake kwa umande; akatumia umande kupangusa uso na mikono yake. Akabadili nguo, kisha akatoa rozari aliovaa shingoni, akapiga magoti akaomba; "Ewe baba muumba, nakuomba ubariki safari yangu, kwa jina la Baba, la Mwana na la Roho Mtakatifu."

Alipofika ofisini, alipewa kiti; Murekatete alipoona kuwa wamekaribiana alivuta kiti chake, akageukia ukuta. Gashugi alijifanya kuwa hakuona kitendo hicho. Alimwambia Kampundu, "Kumradhi mama, nimekuita hapa kwa ghafla kwa kuwa ninataka utueleze mambo fulani ili tukamilishe kumbukumbu zako na mwanao ambazo tumegundua kuwa zina utata ambao tunaamini kuwa ni wewe utatuonesha ukweli. Tumegundua kuwa katika jalada la Murekatete, jina la mama yake ni Mujawariya, siyo wewe. Je? huyu Mujawamariya, unamfahamu?"

"Hasha, simfahamu."

Pia baba yake Murekatete hajulikani; maandishi yanaonesha kuwa Murekatete ni yatima. Je ni kweli?

Kampundu alikaa kimya.

"Mbona haunijibu?"

Kampundu aliendelea kuwa kimya.

"Katika jalada lako, inaonekana kuwa hauna mtoto hata mmoja. Je ni kweli?"

Kampundu alikaa kimya.

"Tafadhali naomba unijibu."

Kampundu alianza kutokwa na machozi.

Gashugi akamwamba, "Tafadhali niwie radhi kama niliyokwambia yamekuumiza; hakuna njia nyingine ila kuyazungumzia japo kuwa yanatia majonzi."

Kabla Kampundu hajajibu, Murekatete alirukia, "Mheshimiwa, samahani sana; umefanya mambo haya bila kunishauri; lau kama ungenishauri, ningekwambia kuwa niko radhi kuacha safari hiyo kuliko kutonesha majeraha yaliyo moyoni mwangu kama unavyofanya sasa."

Gashugi akajibu, "Naomba uniwie radhi; lakini naomba nikujulishe kuwa hata kama ungeamua kuvunja safari, suala hili lisingesimama." alisema huku akipekua malada hayo.

"Dosari ambalo liko katika kumbukumbu zako ni lazima litatuliwe. Inabidi kumbukumbu zako na mama yako zikosolewe. La muhimu zaidi, hii ndio fursa pekee niliopata ya kufanya jambo ambalo nilitaka kufanya lakini nikakosa mahala pa kuanzia, yaani kuzungumzia saula lako na mama yako. Watu kadhaa wamekuwa wakiniomba nijaribu kusuluhisha tatizo hilo kwa kuwa linakuchafulia jina; hata mimi binafsi ninakereka kwa kuwa ninaelewa vitendo vyako vya usamaria wema kiasi kwamba umepewa jina la Mama Huruma, lakini usamaria huo haumfikii mama yako."

Kampundu na Murekatete walikaa kimya; Gashugi alichukua ufunguo, akabana mlango wa ofisi yake; akakaa kwenye kiti chake, akasema, "Naomba tuzungumze."

Murekatete akasema, "Unasema kuwa watu kadhaa walikuomba unisuluhishe na mama yangu, na mimi nakujulisha kuwa watu kadhaa waliniomba nisikilizane naye, lakini nilikuwa sijawa tayari.Yaliyotokea leo yamenibadili msimamo wangu kwani niliyodhani kuwa ni siri, siyo siri tena. Kwa hali hiyo, ninakubaliana nawe kuwa wakati wa kutoboa jipu umefika lakini kwa sharti kuwa mama yangu akiri hadharani kosa alilonifanyia."

"Wewe hujamkosea?"

"Kama nilimkosea, nitamuomba msamaha."

Gashugi akamuuliza Kampundu, "Je, mama uko tayari kukiri kosa lako?"

"Imafaima, niko tayari."

"Wote mnakubali tufanye kikao?"

"Tunakubali."

Gashugi akasema, "Nashukuru kuwa mmefikia uamuzi wa busara; ili jambo hili lisionekane kuwa limefanyika kiserikali, napendekeza kuwa tuliweke katika mikono ya familia na kanisa lenu. Najua kuwa Padri Karegeya aliwahi kukuona; pia najua kuwa yeye ndiye amekuwa akimtunza Kampundu; naomba awe ndiye mpatanishi." Waliunga mkono pendekezo hilo.

Gashugi akaendelea kusema, "Pia napendekeza kuwa kikao hicho kifanyike katika ukumbi wa kanisa lenu." Waliunga mkono pendekezo hilo.

Murekatete aliomba kikao kifanyike siku ya Jumapili yoyote atakapokuwa Kiramuruzi; Gashugi akasema, "Hili si suala la kuchelewesha, nitamuomba Padri Karegeya afanye kikao Jumapili ijayo." Waliunga mkono pendekezo hilo.

Padri Karegeya aliwaarifu wazee wa kanisa; Kampundu alikuja na jamaa na marafiki zake; Murekatete alikuja na Mtawa Mujawamariya, mkuu wa kituo cha kulea watoto yatima cha Nyumba ya Bwana.

Padri Karegeya alifungua kikao hicho kwa kuhubiri kuhusu umuhimu wa kusameheana kama Wakiristo. Alisema kuwa *Biblia* inahimiza upendo na kusameheana; alifungua *Biblia*, Mathayo 6, akasoma, "Hapa Yesu aliwafunza wanafunzi wake kusali, sala ijulikanayo kama sala ya Bwana. Sehemu moja ya sala hiyo inasema. Utusamehe makosa yetu, kama tunavyowasamehe waliotukosea." Akawaambia, "Maana mkiwasamehe watu makosa yao, Baba yenu wa mbinguni atawasamehe ninyi. Lakini msipowasamehe watu makosa yao, naye Baba yenu hatawasamehe ninyi makosa yenu." Kampundu alipiga yowe, "Mungu asifiwe."

"Ameen." Wote walijibu

Padri Karegeya akaendelea kuhubiri, "Sote ni binadamu, sote tuna makosa, sote hatukukamilika; ndio sababu ni muhimu kusameheana. Kama tunataka ufalme wa mbinguni, ni lazima kusamaheana. Tukisoma katika WAEFESO 4:31,32 tunaona *Biblia* Takatifu inasema kwamba: "Uchungu wote na ghadhabu na hasira na kelele na matukano yaondoke kwenu, pamoja na kila namna ya ubaya; tena iweni wafadhili ninyi kwa ninyi, wenye huruma, MKASAMEHEANE kama na Mungu katika Kristo ALIVYOWASAMEHE ninyi." Kampundu akapiga yowe, "Mungu asifiwe."

"Ameen." Wote walijibu

Padri Karegeya alimalizia kwa kusema, "Naomba sote tupige magoti tumuombe Bwana." Walipiga magoti isipokuwa Murekatete kutokana na ulemavu wa mguu wa kushoto; alivuta kiti, akakaa. Padri Karegeya, akaomba, "Ewe Baba yetu uliye mbinguni, tunakuomba uteremshe baraka na neema zako katika kikao hiki. Tunakuomba Baba, kikao hiki kimalizike kwa masikilizano ya Murekatete na mama yake."

"Ameen." Waliitikia wote.

Padri Karegeya akasema, "Ndugu zangu, nimewaiteni hapa kwa niaba ya Kampundu na Murekatete. Tatizo lao siyo siri hapa Kiramuruzi; Murekatete ameamua kuwa leo litatuliwe hadharani kwa kututobolea kilichomfanya amchukie mama yake. Ameahidi kuwa ikionekana kuwa ana makosa, atamuomba msamaha mama. Pia, Kampundu amekubali kuwa atakiri kosa alilomfanyia mwanaye. Je ni kweli au si kweli."

"Ni kweli" Murekatete na Kampundu walijibu.

"Ebu tuanze kwa kumsikiliza Murekatete"

Murekatete alishetasheta, akakaa kwenye kiti, akasema, "Nipo hapa kutoboa jipu lililoko moyoni mwangu, naomba mnisaidie kulikamua na kiini kilichoko ndani kitoke. Ninajua kuwa nimekuwa nikilaumiwa kwa kumtelekeza mama yangu, lakini nililaumiwa kwa kuwa hakuna hata mmoja anajua kilichonifanya niwe hivyo ila Mtawa Mujawamariya. Mimi si katili kama wengi wanavyokisia; wala si mjinga wa kuweza kumsahau mama yangu na hali mimi ndiye mtoto wake pekee; tena zaidi ya hapo, ni mtoto wa kike. Pia, ilibidi nimpende sana kwa kuwa yeye ndiye mzazi wangu pekee ninayemfahamu; mpaka dakika hii, simfahamu baba yangu. Mama yangu mwenyewe nilimfahamu nikiwa na umri wa miaka sita, nyinyi ndugu zake mlinifahamu nikiwa na umri wa miaka kumi na miwili baada ya mimi kuwatafuta. Jina hili Murekatete, sikupewa na wazazi wangu, bali nilipewa na wasamaria wema walioniokota, wakanilea."

Kampundu ambaye alikuwa amejiinamia, aliinua uso akapiga yowe, "Inatosha mwanangu, nilikwisha adhibiwa…" Padri Karegeya akampoza.

Murekatete akaendelea kusema, "Yote hayo niliyafahamu baada ya kusoma jalada lile aliloshika Mtawa Mujawariya. Katika jalada hilo, ndimo niligundua ukatili alionifanyia mama yangu muda mfupi tu baada ya kunizaa; mama alitaka kuniua nikiwa kiumbe ambacho hakioni wala hakisikii."

Hapo Kampundu alishindwa kuvumilia; akasema kwa sauti ya huruma, "Mwanangu nihurumie…. mwanangu nihurumie, nimesema kuwa nilikwisha adhibiwa…" Padri Karegeya akamuomba amuache aendelee kusema.

Murekatete akasema, "Sitaki kuandika kwa mate na wino upo; ili kuthibitisha ukweli, nimemleta Mtawa Mujawamariya, mkuu wa kituo cha kulea watoto yatima cha Nyumba ya Bwana awaeleze kwa kinaganaga. Yeye ndiye alinilea tangu nikiwa na umri wa siku moja." Alimalizia kwa kumkaribisha Mtawa Mujawamariya.

Mtawa huyo, alifungua jalada aliloleta, akasema, "Ndugu zangu, kwa kuwa ni miaka mingi, itabidi niseme nikijikumbusha kwa kusoma maandishi yaliyo katika jalada hili ambalo nilifungua siku nilipompokea Murekatete katika kituo cha watoto yatima cha

Nyumba ya Bwana. Katika jalada hili, mna kumbukumbu za malezi ya Murekatete tangu alipoletwa katika kituo hicho akiwa na umri wa siku moja mpaka alipohama baada ya kuwa mtu mzima."

Kampundu alirukia, "Mungu atakulipa kwa wema uliofanya..." Padri Karegeya akamwambia atulie.

Mtawa Mujawamariya akaendelea kusema, "Nakumbuka kuwa Jumamosi moja, nilipokea simu kutoka mkuu wa kituo cha polisi cha Kiramuruzi, akaniomba nikaonane naye. Nilimkuta ofisini mwake akiwa na mtoto mchanga ametandikiwa blanketi na kufunikwa shuka nyeupe kwenye kiti cha wageni; alikuwa analia sana. Aliniambia kuwa msamaria mwema amemkuta mtoto huyo amekwama kwenye tundu la choo ambamo bila shaka mama yake alitaka kumtumbukiza. Alisema kuwa amesalimika kwa kuwa tundu hilo lilikuwa dogo. Mtoto ninaye zungumzia ni huyu Murekatete."

Watu walimgeuzia macho Kampundu ambaye alikuwa anapiga yowe, "Inatosha, inatosha, nilikwisha adhibiwa, tena nimekwisha tubu. Jamani…" Padri Karegeya alimpoza.

Mtawa Mujawamariya akaendelea kusema, "Hapo ndipo nilikabidhiwa mtoto huyo, nikampeleka hospitali ya Gahini, akapimwe. Vipimo vilionesha kuwa alikuwa ametoboka jicho la kushoto na kuvunjika mguu wa kushoto. Waganga walisema kuwa bila shaka ilitokana na kuwa mama yake alitumia nguvu nyingi kumsukuma lakini mdomo wa choo ulikuwa mdogo; ndio sababu mnamuona Marekatete ni chongo na mlemavu wa mguu wa kushoto."

Kampundu alipiga tena yowe, akasema, "Inatosha, inatosha, nilikwisha adhibiwa, tena nimekwisha tubu..." Padri Karegeya alimpoza.

Mtawa Mujawamariya akaendelea kusema, "Baada ya kutibiwa, niliruhusiwa kumchukua mtoto huyo, akajiunga na watoto wengine yatima ambao walikuwa katika kituo cha Nyumba ya Bwana, nikampa jina la Murekatete." Kampundu na Murekatete walikuwa wamejiinamia, wanalia.

"Baadaye, niliitwa mahakamani kutoa ushahidi katika kesi iliyomkabili binti ambaye alikuwa anashitakiwa kwa makosa ya kujaribu kuua na kujeruhi mtoto mchanga aliyejifungua. Mwendesha mashitaka alitaja kuwa jina lake ni Kampundu; nilimuona Kampundu kwa mara ya kwanza akiwa kizimbani. Baadaye mkuu wa kituo cha polisi aliniambia kuwa Kampundu alipatikana na hatia, akahukumiwa kifungo cha miaka kumi."

Kampundu alipiga yowe, "Tafadhali usizidi kuniumbua; nilikiri makosa yangu mahakamani, niliadhibiwa, sasa ninakiri mbele yenu makosa niliofanya nikiwa kijana; naomba yaishie hapa."

Mtawa Mujawamariya, akamjibu, "Subiri kidogo nataka kuwajulisha muujiza uliotokea mpaka ukajuana na mwanao."

Padri Karegeya akasema, "Hata mimi ninashauku ya kujua jinsi walivyojuana."

Mtawa Mujawamariya alipekua karatasi za jalada lake akisema, "Ebu nijikumbushe kidogo; kwa mujibu wa maandishi yalioandikwa kwenye karatasi hii na kumbukumbu nilizonazo kichwani mwangu, ni kwamba Kampundu alijuana na mwanaye siku alipokuja pamoja na wafungwa wenzake kufanya kazi za usafi katika kituo cha Nyumba ya Bwana. Kituo hicho kilikuwa na mkataba na gereza la wanawake la Nsinda wa wafungwa kuja kufanya usafi mara tatu kwa juma. Nakumbuka kuwa siku moja, Murekatete akiwa na umri wa miaka sita, wakati akicheza na watoto wenzake, alianguka akajeruhiwa kidogo kwenye mguu. Kampundu, ambaye alikuwa katika wafungwa waliokuwa wanapiga deki, alimchukua kwa huruma, akambembeleza; katika kumbembeleza, aligundua kuwa mtoto huyo alikuwa amelandana naye kwa karibu viungo vyote- vidole, viganja, pua, mdomo, masikio, uso-walikuwa fotokopi." Watu wote waligeuka wakawatizama wakitingisa vichwa.

Padri Karegeya akasema, "Mungu ni mkubwa."

Mtawa Mujawamariya akaendelea kusema, "Kampundu alinisogelea akaniuliza kuhusu mtoto huyo; nilipomueleza jinsi alivyofika hapo kituoni, alianza kulia. Nilipomuuliza kilichomliza, aliniambia kuwa yeye ni yule mwanamke aliyekuwa kizimbani akishitakiwa kujaribu kumuua mwanaye na kumlemaza. Akaniambia kuwa ananikumbuka nikitoa ushahidi dhidi yake; nami nilikumbuka sura yake akiwa kizimbani."

Kampundu akarukia, "Ni kweli nilikuwa natumikia adhabu ya kifungo cha miaka kumi, ni kweli…"Padri Karegeya akamsimamisha, akamwambia kuwa atapewa muda wa kujieleza.

Mtawa Mujawamariya, akaendelea kusema, "Baada ya kugundua kuwa Kampundu ni mama yake Murekatete, niliarifu uongozi wa gereza la Nsinda; tangu siku hiyo, Kampundu hakuletwa tena kufanya usafi katika kituo hicho. Kwa hiyo ndugu zangu, mimi ndiye Mujawariya, ambaye ameandikwa katika nyaraka zote za serikali kuwa ni mama yake Murekatete; lakini mama yake wa damu ni huyu Kampundu."

Kampundu alisimama, akamuendea Mujawamariya, akamkumbatia.

"Nashukuru kwa hisani yake." Alisema Kampundu

"Ahsante, na wewe pole kwa yaliyokupata; yote ni mapenzi ya Mungu." Murekatete aliinuka, akawakuta; walishikana kwa kuzungushana mikono yao mabegani machozi yakiwatoka.

Karibu kila mtu katika ukumbi huo alikuwa anatokwa na machozi.

Padri Karegeya alisema, " Asifiwe Bwana."

Wote waliinua mikono, wakajibu, "Asifiwe."

Padri Karegeya alisema, "Kampundu amekuwa akitaka kusema nikamzuia; bila shaka ana machache ya kutueleza."

Haikuwa rahisi kwa Kampundu kujieleza kutokana na kilio na kukosa pumzi. Hatimaye, alisema, "Kwanza ninajuta na ninaomba msamaha kwa mateso nilio msababishia mwanangu mpaka akawa na ulemavu wa kudumu. Pamoja na ubaya na ukatili wangu mlioelezwa, naomba mnitege masikio ili niwaeleze sababu zilizopelekea mimi kufanya kitendo cha kinyama nilichofanya. Ukweli ni kwamba, nilikuwa nimechanganyikiwa; nilikuwa natapatapa kama mfa maji kwa kuwa kujifungua mtoto ilikuwa ndio mwisho wa elimu yangu. Nilikuwa nimefanikiwa kuficha mimba hiyo kwa miezi tisa; kwa hiyo, nilitaka hata kuficha kiumbe kilichotoka katika mimba hiyo ili nisifukuzwe shule..." Alishindwa kuendelea kusema kutokana kilio.

Murekatete alimwendea, akatoa leso katika mkoba, akampagusa machozi; akamuuliza,

"Yaani ulibeba mimba ukiwa mwanafunzi?"

Kampundu akamjibu, "Nilikuwa sitaki kueleza kwa undani yaliyotokea mpaka nikatiwa mimba yako, lakini kwa kuwa umeniuliza, nitakujibu. Mwanangu, nilitiwa mimba na mmoja wa wachunga ng'ombe watatu walionibaka nikitoka shule. Walinivizia karibu na kichaka kilichokuwa pembeni mwa njia niliokuwa nikipita;

walinivamia, wakatimiza haja zao, wakaniacha hoi nikihangaika. Bila shaka mmoja wao ndiye alinitia mimba yako, ndio sababu baba yako hajulikani." Murekatete alimkumbatia tena mama yake kwa huba na shufaa; wote walikuwa wanalia.

Padri Karegeya alishangilia akisema kwa sauti kubwa, "Asifiwe Bwana.... Bwana Asifiwe...."

Watu wote walijibu kwa kupiga makofi na vigelegele; ikawa ni hoihoi, vifijo na nderemo.

Printed in the United States
by Baker & Taylor Publisher Services